சிவப்புப் பணம்

சிவப்புப் பணம்

பாலகுமார் விஜயராமன்

Title: Sivappu Panam
Author's Name: Balakumar Vijayaraman

Published by Piragu Prachuram

Piragu Prachuram
(An imprint of Zero Degree Publishing)
No.75 & 76, I Floor, Kuppusamy Street,
Balaji Nagar, Padi,
Chennai - 600050

Website: www.zerodegreepublishing.com
E Mail id: zerodegreepublishing@gmail.com
Phone: 89250 61999

Piragu Prachuram First Edition: January 2026
ISBN:978-93-95473-84-2
TITLE NO PP : 28

Rs. 140/-

Cover Design, Layout: Vijayan, Creative Studio
Printed at Rathna Offset Printers, Chennai, India

பொறுப்புத் துறப்பு:

இக்கதையில் வரும் நிகழ்வுகளும் பெயர்களும் முழுக்கக் கற்பனையே. புனைவின் சுவாரஸ்யத்திற்காக இடங்களின் பெயர்கள் பயன்படுத்தப்பட்டுள்ளன. மற்றபடி இக்கதைக்கும் வாழ்ந்த, வாழும், வாழப்போகும் எந்த மனிதர்களுக்கும் தொடர்பிருக்கும்படி தோன்றினால் அது முற்றிலும் தற்செயலானதே.

முன்னுரை

நெற்றிக்கு நேராய் கதைசொல்லும் சவால்

பி.கே. பழனிக்குமார்,
எழுத்தாளர், மதுரை

ஓர் இரவில் தங்கள் கையில் இருக்கும் பணம் அனைத்தும் செல்லாக்காசு என்ற அறிவிப்பை நாட்டின் அரசாங்கம் வெளியிடுகிறது. ஒட்டுமொத்த தேசமும் பைத்தியம் பிடித்து அலைகிறது. கையிருப்புப் பணத்தைத் தக்க வைத்தலும் அதைச் செல்லும்படியாய் மாற்றவுமென ஒரு தேசமே அலைய ஆரம்பித்த வாதையின் காலம் அது. கடந்த பத்தாண்டுகளில் நடக்கும் வரலாற்றுச் சோகம் அதுசார் நடந்த நிகழ்வுகள். சிவப்புப் பணம் நாவல் அந்தத் துன்பியல் சோகத்தின் ஒரு சிட்டிகை எடுத்து அதைப் பிரித்துக் காட்டுகிறது.

எழுத்தாளர் பாலகுமார், புனைவு என்று ஒப்புக்குக் கூறினாலும் தேசத்தின் மூலையில் எங்கோ நடந்திருந்த சம்பவமாகவே படுகிறது. வலிமை மிகுந்த எதேச்சதிகார ஆட்சியாட்களின் நெருக்கடிக்கு உள்ளாகும் பல பிரபலங்களை நினைவுபடுத்தியபடி....

யாருமற்ற முதியவளுக்குத் தன் பணமே பலமென்ற நினைப்போடு இருந்த முதியவளுக்குப் பணமதிப்பிழப்பில் விழுந்த இடியின் வலியை உணரச்செய்தபடி...

ஏதாவது ஒரு கட்டத்தில் எதையாவது பற்றி எழுந்திட எத்தனிக்கும் ஒரு குறுந்தாவர மனதோடு போராடும் சாமான்யர்களைக் கண் முன் நிறுத்தியபடி சிவப்புப் பணம் வண்ணம் பெறுகிறது.

தூங்காநகரமென மதுரைக்குப் பெயர் பெற்றுத் தரும் சிம்மக்கல்லின் இடுக்குகளை புரோட்டாக்கடையின் வாசத்தை அச்சு அசலாக எழுத்தாக்கி, புனைவிற்குள் இழுத்துச்செல்கிறது சிவப்புப் பணம்.

பூட்டிய கதவும், கதவிற்கு அப்பால் ஒருவன் ஒருத்தி, அடுத்த வரியில் அவளது வாசம் வீசும் அவன் என நெருடலற்ற கவித்துவமான நிகழ்வு பற்றிய வரிகள்.

மூன்று நபர்கள் இரண்டு நாய்கள் உள்ள ஒருவரைச் சந்திக்கிறார்கள். மூவரில் ஒருவனிடம் மட்டும் நாய்கள் குலாவ ஆரம்பிப்பது,

இரவு நாய்களுக்கு அவன் உணவிடுவது, மறுநாள் கழுதைகளின் நெற்றியை அவன் தடவிக் கொடுப்பது, கடைசியில் பிரிந்து செல்கையில் அந்த நாய்கள் திரும்பி அவனைப் பார்ப்பது என எந்த உரையாடலும் அற்று ஒருவனது மனத்தின் இலகுவான தன்மையை வெறும் உணர்வுகளின் வழியே கடத்துகிறார் நாவலாசிரியர் பாலகுமார் விஜயராமன்.

எந்த முடிச்சுமற்று நெற்றிக்கு நேராய் ஒரு கதையைச் சொல்லுதல் சவாலான போக்கு. ஏதேனுமொரு இடத்தில் இப்படி நடக்குமோ இப்படி திருப்பம் வருமோ என எண்ணுகின்ற இடத்தில்கூட கதை பிறழாமல் சிவப்புப் பணத்தைத் தூக்கிச் சுமக்கிறது. சவாலான வாழ்க்கையின் தருணங்களில் கூட நாம் ஒத்துக்கொண்ட கடமைகளை அல்லது நம் கனவை அடைவதற்கான உத்திகளை நாம் பிரயோகித்துக்கொண்டே இருக்கவேண்டும். வியாபாரத் துறையில் பிரதிநிதிகளுக்கு வழங்கப்படும் பாலப்பாடங்களில் ஒன்று, 'ஒரு உத்தி தோற்றுப்போய்விட்டால் அடுத்த உத்தி என்ன என்று உடனே யோசிக்கவேண்டும்'. அந்த முடிவை காலந்தாழ்த்தாது எடுக்கவேண்டும். 'செயல்வழி முடிவு' என்று அதை அழைப்பார்கள். வாழ்க்கை நம் முன் சோலிகளை உருட்டிப் போடும். வந்து விழுபவை எல்லாம் தாயங்களாக இருப்பதில்லை. நிகழும் நிகழ்வுகளைத் தனக்குச் சாதகமாக்க நாம் வினைபடுவதே வாழ்வின் அடிப்படை.

இந்தச் சூத்திரத்தில்தான் மூன்று நண்பர்கள் சிவப்புப் பணத்தைத் தூக்கிச் சுமக்கிறார்கள்.

நாவலை வாசிக்கையில் நீங்களும்கூட ஜவ்வுமிட்டாய் நிறத்துப் பணத்தாள்களை நுகரலாம். கிழங்கு மூட்டைகளுடன் பிரயாணிக்கலாம். ஏழாயிரம் அடி உயர மலையின் சரிவில் நதியாடலாம். பெரும் பாரம் இறங்கிற்று என எண்ணுகையில் உங்களுக்கு அடுத்த வாய்ப்பைத் தருவிக்கலாம்.

சிவப்புப் பணம் - ஒரு தேசம் ஒரே இரவில் கலைத்த கோலத்திலிருந்து உருவப்பட்ட வண்ண ரேகை.

காட்சி—1

இராஜேஸ்வரி ஈவினிங் மட்டன் ஸ்டாலில் இருந்து வந்த பெஸ்ட் வெங்காயக் குடலின் மணம் சிம்மக்கல் முழுதும் வீசிக்கொண்டிருந்தது. அதோடு பின்பாட்டாய் 'தட் தட் தட்டடட்' என்று ஏற்ற இறக்கத்தோடு கொத்து பரோட்டா போடும் சத்தமும் சேர்ந்து ஒலிக்க, சரவணனுக்கு மீண்டும் பசியெடுப்பது போலத் தோன்றியது.

கொடைக்கானலில் இருந்து வந்திருந்த லோடு லாரியிலிருந்து உருளைக்கிழங்கு மூட்டைகள் இறக்கப்பட்டுக்கொண்டிருந்தன. அவை வி.பி காய்கறி மற்றும் பழ மண்டியின் அடித்தளத்தில் இருந்த குடோனுக்கு எடுத்துச் செல்லப்பட்டு வரிசையாக அடுக்கப்பட்டன. அதனைப் பார்த்தபடி இருந்த சரவணனின் இதயம் படபடப்புடன் துடித்துக்கொண்டிருக்கிறது. நெற்றியில் வழியும் வியர்வையைத் துடைத்தபடி இங்கும் அங்கும் நடந்தபடி இருந்தான். பதற்றம் வந்தால் அவனுக்குப் பசியும் வந்துவிடும். அதோடு பரோட்டாக் கடையில் வந்த வாசனையும் சத்தமும் அவனை அங்கே நிற்கவிடவில்லை.

கல்லாவில் அமர்ந்திருந்த பாண்டியிடம், "ஒரு தம் போட்டுட்டு வர்ரேண்டா" என்று சொல்லிவிட்டு மெதுவாகச் சாலையில் நடந்தான். இரவு பனிரெண்டரை மணி ஆனபோதும், சிம்மக்கல் பகுதியின் ஜனநடமாட்டம் இன்னும் குறையவில்லை. பகலில் இருக்கும் இருசக்கர வாகன நெரிசல் இல்லையே ஒழிய, ஒவ்வொரு காய்கறி மற்றும் பழ மண்டியின் முன்பும் லாரிகள் நிறுத்தப்பட்டு மறுநாள் வியாபாரத்திற்கான லோடு இறங்கியபடி இருந்தது.

அதையொட்டி மண்டி ஓனர்களும், கமிஷன் ஏஜண்டுகளும், காய்கறி, பழங்களை வேறு ஊருக்கு எடுத்துச் செல்லும் சில்லறை வியாபாரிகளும், மூட்டைதூக்கும் தொழிலாளர்களும் சூழ்ந்திருக்க, அந்த இரவிலும் அந்த ஏரியா ஒரு பகல் வேலை நாளைப் போலவே சுறுசுறுப்பாகச் செயல்பட்டுக்கொண்டிருந்தது.

பரோட்டா கடைக்கு நடந்து வந்த சரவணனுக்கு வெங்காயக் குடலின் மீது இருந்த ஆர்வம், கோழிச் சில்லறையின் மீது தாவியது. கடைக்கு வெளியே போடப்பட்டிருந்த பெஞ்சில் அமர்ந்தவன், உள்ளே சப்ளை செய்துகொண்டிருந்தவரைப் பார்த்து, "மூணு பரோட்டா, சில்ற ஒண்ணு" என்று சத்தம் கொடுத்தான். அதனைப் புரிந்துகொண்டவராக, வெளி மேஜைக்கு வந்து இலையைப் போட்டவர் மூன்று பரோட்டாவைப் பியித்துப் போட்டு அதில் ஒரு பெரிய கிண்ணம் நிறைய கோழிக் கறி, ஈரல், இரைப்பை, இறக்கை, ஜவ்வு, ரோமம் சுத்தம் செய்யப்பட்ட தோல்பகுதி ஆகியவை போட்டுச் செய்த 'கோழிச் சில்லறைக் குழம்பை' ஊற்றினார். பிய்த்துப் போட்ட பரோட்டா குழம்பில் நன்றாக ஊறும்படி கிளறிவிட்டு, கோழியின் ஒவ்வொரு பாகமாக அவசர அவசரமாக மென்று முழுங்கினான். பதற்றம் மட்டுப்பட்டு இதயத் துடிப்பு சகஜநிலைக்கு வந்தது. பின் பிய்த்துப் போட்ட பரோட்டாவின் ஒரு துண்டு கூட வீணாக்காமல் நிதானமாக இலையை வழித்துச் சாப்பிட்டு முடித்து, கணக்கு நோட்டில் வரவு வைக்கச் சொல்லிவிட்டு மீண்டும் மண்டிக்கு வந்தான்.

லாரியின் உள்ளே பாதி வரை இருந்த உருளைக்கிழங்கு மூட்டைகள் அநேகமாகக் காலியாகி இருந்தன. உட்புறமிருந்த மூட்டைகளில் இருந்து வெள்ளைப் பூண்டு மணம் நாசியைத் துளைத்தது. "பூண்டு யாருக்குப்பா போகுது?" என்று லாரியின் டிரைவர் சீட்டில் அமர்ந்திருந்தவனிடம் சரவணன் சத்தம் கொடுத்தான். டிரைவர், "மூக்கையா மண்டிக்கு" என்றவுடன் தலையை நிமிர்த்தி, 'என்ன?' என்பது போல கல்லாவில் இருந்த பாண்டியைத் தேடினான். பாண்டி கீழே சென்று குடோனில் அடுக்கிவைக்கப்பட்டிருந்த உருளைக்கிழங்கு மூட்டைகளை எண்ணி கணக்கை சரிபார்த்தபடி இருந்தான்.

வழக்கமான நாளாய் இருந்தால், பாண்டியின் குடோனில் வேலை பார்ப்பவர்களே மூட்டைகளைச் சரிபார்த்து, ஐம்பது கிலோ சிப்பங்களாகப் பிரித்துப் போட்டு, மறுநாள் வியாபாரத்திற்கு

இரவிலேயே தயார் செய்யத் துவங்கியிருப்பார்கள். இன்று வருகின்ற மூட்டைகளை அவனே நேரடியாகக் கண்காணிக்க வேண்டிய கட்டாயமிருந்தது. பெரும்பாலான நாட்களில் வண்டி ஓட்டும் வேலை முடிந்ததும் சரவணன் கிளம்பிவிடுவான். இன்று அவனை மட்டும் இருக்கச் சொல்லிவிட்டு மற்ற இரவு நேர வேலையாட்கள் அனைவருக்கும் ஓய்வு அளித்திருந்தான். இன்று வரும் கிழங்கு வரத்து ஈரப்பதமாய் இருப்பதால், இரண்டு நாட்கள் நிழல்காய்ச்சலில் போட்டு, பின்னர்தான் சில்லறை வியாபாரிகளுக்கு அனுப்பவேண்டும், எனவே இன்று இரவு வேலை இல்லை என்று ஒரு காரணத்தைச் சொல்லி, அனைவரையும் வரவேண்டாம் என்று சொல்லியிருந்தான். இன்றைய மண்டிக் கணக்கு வழக்குகளைப் பார்த்து முடித்த கணபதி, பணம் இன்று இறங்குவது உறுதியானதும் பாண்டியைச் சுதாரிப்பாக இருக்கச் சொல்லிவிட்டுச் சற்று நேரத்திற்கு முன்புதான் வீட்டிற்குச் சென்றிருந்தார்.

மண்டியின் கீழ்த்தளத்திலிருந்த குடோனுக்குள், உருளைக்கிழங்கு மூட்டைகள் அடுக்கப்பட்டிருந்த உள் அறைக்கு, சரவணன் சென்றான். அங்கே பாண்டி அனைத்து மூட்டைகளையும் சரிபார்த்தபடி இருந்தான். மூட்டைகளை எண்ணி முடித்ததும் ஒரு சிட்டையில் 07/11/2016 என்று அன்றைய தேதியையும், 100 என்று மூட்டை எண்ணிக்கையையும் குறித்துக் கீழே கிறுக்கலாகத் தனது பெயரை எழுதினான். அந்தச் சிட்டையை லாரி டிரைவரிடம் கொடுக்கும்படி கடைசி மூட்டையைத் தூக்கி வந்தவரிடம் கூறிவிட்டு தனது மொபைலை எடுத்தான். "கிருபாவையா மாப்ள கூப்டுற? அவன் பத்து நிமிஷத்துல வந்துருவான். சத்த நேரத்துக்கு முன்னாடிதான் பேசினேன்" என்று சரவணன் கூறியதற்கு, இல்லை என்பதைப் போல தலையாட்டியவன், கொடைக்கானலில் இருந்து கிழங்கு மூட்டை அனுப்பிய முதலாளியை அழைத்தான்.

"அண்ணே கிழங்கு மூட்டை லோடு இறக்கியாச்சு. கொஞ்சம் பச்சையா இருக்கு. இரண்டு மூணு நாளு ஆறப்போட்டுதான் கொடுக்கணும்."

"நிதானமாப் பண்ணுங்க, ஒண்ணும் அவசரமில்ல. மொத்தம் பத்துக் கோடி இருக்கு பார்த்துக்கோங்க," என்றார் மறுமுனையிலிருந்த கொடைக்கானல் முதலாளி.

“பத்து மூட்டையாண்ணே, சரிண்ணே” என்றவாறு கைக்கடிகாரத்தைப் பார்த்தான் பாண்டி. மணி ஒண்ணே முக்காலுக்கு அருகில் வந்துகொண்டிருந்தது. பத்துக் கோடிக்கு எத்தனை கட்டுகள் இருக்கும் என்று யோசித்தவனின் மனதில், அடுத்தடுத்து செய்ய வேண்டிய வேலைகள் பரபரவென ஓடியது.

காட்சி—2

கொடைக்கானலின் கார்த்திகை மாத இரவுப் பனி எலும்பை ஊடுருவும் அளவுக்குக் கடுமையாய் இருந்தது. புகழேந்தியின் உடல்முழுவதும் கம்பளி ஆடையால் போர்த்தியிருந்தாலும் இன்னும் குளிரின் தாக்கம் குறையவில்லை. இத்தனைக்கும் அவர் தனது பால்பண்ணையின் மிகக் கதகதப்பான அலுவலக உள்ளறையில்தான் அமர்ந்திருந்தார். ஆனால், கடந்த பல வருடங்களாகத் தோன்றியிராத அடிவயிற்று வெப்பம் இப்போது அவருக்குத் தோன்றியிருந்தது.

இரண்டு வாரங்கள் முன்பு வரை, பரம்பரை சொத்துக்களோடு தான் வளர்தெடுத்த நிறுவனங்களும் தாமாகப் பணத்தைப் பெருக்கும் வேலையைச் செய்துகொண்டிருக்கையில், தன் இளமைக் காலம் முடிந்து ஓய்வு மனநிலைக்கு வந்துவிட்டோமோ என்று அவருக்குத் தோன்றியபடியே இருந்தது. இந்த இரண்டு வாரங்களில், அடிமட்டத்திலிருந்து ஒரு புதிய தொழிலைத் துவங்கப்போவதைப் போல முனைப்பும், ஆயத்தங்களும் அவரது செயல்பாடுகளில் தெரிவதை அவராலே உணர முடிந்தது. தான் மீண்டும் தனது இளமைக்கால சாகசத்திற்குத் திரும்புகிறோம் என்று நினைத்துக் கொண்டு லேசாகத் தனக்குள் சிரித்துக்கொண்டார்.

இப்போது கிழங்கு மண்டியிலிருந்து வந்த போனோடு எவர்சில்வர் பாத்திர ஸ்டோர்ஸ், கார் சர்வீஸ் ஸ்டேஷன் மற்றும் டிராவல் ஏஜன்சி ஆகிய இடங்களிலிருந்தும் பணம் சென்று சேர்ந்ததற்கான ஒப்புகை வந்துவிட்டது. மற்ற இடங்களுக்குச் செல்லும் வண்டிகளில் இருந்தும், மலையை விட்டு இறங்கிவிட்டதற்கான தகவல் வந்து

சேர்ந்திருந்தது. அரசு அதிகாரத்தோடு தான் விளையாடத் துணிந்திருக்கும் குதிரைப் பந்தயத்தில் முதல் சுற்றில் தன் குதிரைகள் நல்ல தொடக்கம் கொடுத்திருக்கிறது என்று நினைத்துக்கொண்டார்.

ஒவ்வொரு இடத்திற்கும் பணம் சென்று சேர்ந்ததும், அவர்கள் செய்ய வேண்டிய அடுத்த கட்ட நடவடிக்கைகளை ஏற்கனவே கோடிட்டுக் காட்டியிருந்தார். அதிகார அமைப்பில் தனக்கு இருக்கும் சோர்ஸ்கள் மூலம் கடந்த இரண்டு வாரங்களாகத் தொடர்ந்து துப்புகள் வந்தபடி இருந்தன. இத்தனை ஆண்டுகள் இருந்த ஆட்சி அமைப்புமுறை போலில்லை இந்த முறை, இதன் நோக்கங்களும், திட்டங்களும், விதிமுறைகளும் முற்றிலும் மாறுபட்டதாய் இருந்துகொண்டிருப்பதை அவர் கவனித்தபடியேதான் இருந்தார்.

இதுவரை அவர் ஓடும் குதிரைகளின் ஜாதகங்களை ஆராய்ந்து, ஓட்டும் ஜாக்கிகளின் செயல்பாட்டுத் திறன்களை அலசி, கவுண்ட்டரில் பணம் கட்டி, கேலரியில் இருந்து குதிரைப் பந்தயங்களில் விளையாடியிருக்கிறார். ஆனால் இப்போது அவர் இறங்கியிருப்பது தனது குதிரைகளையும், ஜாக்கியையும் இறக்கி விளையாடும் குதிரைப் பந்தயத்தின் அசல் போட்டி. இங்கே வெற்றி தோல்வி என்பது பொழுதுபோக்கோடு நின்றுவிடவில்லை. மாறாக பரம்பரையாகத் தங்கள் குடும்பம் சேர்த்துவைத்திருக்கும் மரியாதை தொடர்பானது என்பதை அவர் அறிந்தே இந்த விளையாட்டில் இறங்கியிருந்தார். இந்த அனுபவம் அவருக்குப் புதுமையானதாக இருந்தது.

காட்சி—3

மண்டிகளில் லோடு ஏற்றி முடித்திருந்த லாரிகள் ஒவ்வொன்றாகக் கிளம்பியபடி இருந்தன. அடுத்த அரைமணி நேரத்தில் சாலை வெறிச்சோடிவிட்டது. இரவு இரண்டரையிலிருந்து அதிகாலை நான்கு மணி வரைதான் சிம்மக்கல் ஏரியா சாலைகள் ஓய்வுகொள்ளும் நேரம். வி.பி. மண்டியின் உள்ளே முதல் அறையில், கணக்குச் சீட்டுகள் வைத்திருக்கும் சிறிய டேபிளின் மேல் சரவணன் அமர்ந்திருக்க, பின்னால் சிப்பம் கட்டும் சிறிய சாக்குப் பைகளை அடுக்கியபடி இருந்தான் பாண்டி. சற்று நேரத்தில் பழைய எம்.80 ஸ்கூட்டர் மண்டி முன் வந்து நிற்கும் சத்தம் கேட்டது. டேபிளில் இருந்து தாவிக் குதித்து எழுந்த சரவணன், வாசலுக்கு வந்து, “என்ன மாமா, உன்னை முதல் ராத்திரிக்கு வரச்சொன்னா பிள்ளைப்பேறுக்குத்தான் வருவ போல” என்றவாறு எம்.80யில் வந்திருந்த கிருபாவின் முதுகில் ஓங்கி ஒரு அடி வைத்தான். கிருபா கழுத்தைச் சுருக்கி, தோள்பட்டையை வளைத்து அந்த அடியை வாங்கிக்கொண்டு சிரித்தபடியே மண்டிக்கு அருகிலிருக்கும் சிறு சந்தினுள் வண்டியை நிறுத்திவிட்டு உள்ளே வந்தான்.

உள்பக்கமாக மண்டியின் நுழைவாசலைப் பூட்டிவிட்டு, மூவரும் கீழே குடோனுக்குள் சென்று ஷட்டரை இறக்கிவிட்டுப் பூட்டினர். உள்ளே உருளைக்கிழங்கு மூட்டைகள் அடுக்கி வைக்கப்பட்டிருந்த

அறையை நோக்கி அவர்கள் சென்றனர். "என்ன மாமா, இன்னிக்குமாடா நைட் ஷிஃப்ட் போட்ட, இவ்ளோ லேட்டா வர்ற?" சரவணன் கேட்டதற்கு, கிருபா சிரித்தபடி, அவன் தோள் மேல் கைபோட்டபடி செல்ல, சரவணன்- "மச்சக்காரன் மாமா நீ. எங்கயாவது உள்ள புகுந்து விளையாட்டைக் காமிச்சுட்ற. எப்படி மாமா ஜாரியைக் கரெக்ட் பண்றது? எனக்கும் கொஞ்சம் சொல்லிக்கொடேன்," என்றான். அவர்கள் பேச்சைக் கவனிக்காதவன் போல, சிப்பம் போடும் சிறு சாக்குப் பைகளின் கட்டை சுமந்தபடி பாண்டி பின்னால் சென்றான்.

கிழங்கு மூட்டைகளை கண்களால் மீண்டும் ஒருமுறை அளந்த பாண்டி, மற்ற இருவரையும் பார்த்தான். "சரி மாமா பாண்டி முறைக்க ஆரம்பிச்சுட்டான். நம்ம ஜாரி மேட்டர் நாளைக்குப் பேசிக்கலாம்," என்ற சரவணன் அடுக்கிவைக்கப்பட்டிருந்த பெரிய மூட்டைகளில் ஒன்றை இழுத்து, நுனியில் கட்டியிருந்த சணலை அறுத்துவிட்டு, உள்ளேயிருந்த கிழங்குகளைச் சரித்துக் கீழே கொட்டினான்.

மூட்டையிலிருந்த கிழங்குக் குவியல்களுக்கு மத்தியில் ஆயிரம் ரூபாய்க் கட்டுகளும், ஐநூறு ரூபாய்க் கட்டுகளும் கொத்துக் கொத்தாய் விழுந்தன.

பாண்டி அப்போதுதான் பேச ஆரம்பித்தான். 'மொத்தம் 10கோடி இருக்கு. இதை இங்கருந்து தனித்தனி சிப்பமா போட்டு வேற வேற இடங்களுக்கு அனுப்பி, புது நோட்டா மாத்திக்கொடுக்கணும். அவ்ளோதான். என்ன மாமா, புரியுதா?" பாண்டி, கிருபாவைப் பார்த்துக் கேட்க, அவன் முகத்திலிருந்த புன்னகை மாறாமல் 'சரி மாப்ள' என்பது போலத் தலையாட்டினான். ரூபாய் நோட்டுக் கட்டுகளை வைத்த கண் வாங்காமல் பார்த்துக் கொண்டிருந்த சரவணன், "மாப்ள, எனக்கொரு டவுட்டு மாப்ள. வண்டில சரக்கு எடுக்கப் போறப்போ, ஒரு டெலிவரி சலானைப் பிரிண்ட் எடுத்துக்கொடுக்கவே குடோன்காரய்ங்க அரை மணி நேரம், ஒரு மணி நேரம் ஆக்குவாய்ங்க. அவய்ங்க இவ்ளோ ரூபாய்க்கு புது நோட்டு எப்ப மாத்தி, எப்ப நமக்கு வந்து சேர்றது?"

"அதெல்லாம் கொடுக்குற கமிஷனுக்குத் தானா வேலை நடக்கும்" என்றான் பாண்டி.

“என்னமோ நீ சொன்னா சரிதான் மாப்ள” என்று சரவணன் அடுத்த கிழங்கு மூட்டையைச் சரித்துவிட்டான். புதிதாய் அறுவடை செய்து வந்திருந்த கிழங்கில் செம்மண் ஒட்டி செக்கச் செவேல் என்றிருந்தது. செம்மண் வாசமும் கிழங்கு வாசமும் கலந்த மணத்தை ஆழ்ந்து நுகர்ந்தபடி பாண்டியும், கிருபாவும் ரூபாய் நோட்டுகளைத் தட்டி எடுத்து அடுக்கி வைத்தனர்.

“கமிஷன் செயினில் இருக்கும் எல்லோருக்கும் கொடுத்தது போக, தங்களுக்கு ஒரு பத்து பர்சண்ட் நின்றாலும், கிருபாவையும் சரவணனையும் சேர்த்துக்கொண்டு பக்கத்திலிருக்கும் அடுத்த குடோனையும் லீசுக்குப் பிடிக்கலாம் என்று நினைத்தான் பாண்டி. பெரிய கிழங்கு மூட்டைகளை ஒற்றையாளாய் நகர்த்திக் கொண்டிருந்த சரவணனுக்கு, சாயங்காலம் டீக்கடையில் தினத்தந்தியில் வாசித்த, ‘சன் டிவி குடும்பமான ஒன்பது மணி சீரியலில் வில்லியாக வரும் அனுபவமான நடிகையின் ஒரு இரவு ரேட் இரண்டு கட்டு பெரிய ரூபாய் நோட்டுகளாம்’ என்ற கிசுகிசுச் செய்தி மீண்டும் மீண்டும் நினைவில் வந்தபடியே இருந்தது.

கிருபா, ஒரு சிப்பத்தில் பத்து லட்சம் வைக்கவேண்டுமென்றால், எத்தனை ஆயிரம் ரூபாய்க் கட்டுகளும், எத்தனை ஐநூறு ரூபாய்க் கட்டுகளும் வைத்தால், எல்லா சிப்பங்களிலும் சரியான வெயிட்டில் ரூபாய்கள் சென்று சேரும் என்று மனதிற்குள் கணக்குப் போட்டபடி இருந்தான். அவன் தன் சின்னத் தங்கை திருமணத்திற்காகப் பெரிய மாமாவிற்குத் தெரியாமல் அக்காவிடம் வாங்கி அடகு வைத்திருந்த வைக்கோல்பிரி செயினை அடகிலிருந்து மீட்டுக் கொடுக்கச் சொல்லி, அக்கா வந்து சாயங்காலம் திட்டிவிட்டுச் சென்றது சுத்தமாய் நினைவில் இல்லை.

பள்ளிப் பருவத்திலிருந்து மூவரும் ஒன்றாகவே சுற்றும் நண்பர்கள். அதில் கிருபா படிக்கவும் செய்தான், பாண்டி புத்தகத்தைப் பார்க்கவாவது செய்தான், சரவணன் பாண்டியைத் தேர்வுகளின் போது பார்த்துக்கொள்வான். மூவரும் வேறு வேறு உலகத்தைச் சேர்ந்தவர்கள், ஆனால் அவிழும் டவுசரைப் பிடித்தபடி, வில்லாபுரம் கண்மாய்க்கு கட்பீஸ் மீன் பிடிக்கப் போன காலங்களில் இருந்து இன்று கிழங்குக்குள் பணம் தோண்டி

எடுக்கும் வேலை வரை மூன்று பேரும் ஒருவரை ஒருவர் விட்டுக்கொடுத்ததில்லை.

மூவருமாகச் சேர்ந்து அடுத்த இரண்டு மணி நேரத்தில் நூறு மூட்டைகளில் உருளைக்கிழங்குகளுக்கு நடுவில் இருந்த பத்து கோடி ரூபாயை கிழங்கு சிப்பம் போடும் சிறு சாக்குப் பைகளில் பிரித்து கிழங்குகளுக்கு நடுவே போட்டு பைகளைத் தைத்து முடித்திருந்தனர்.

காட்சி—4

மாலை மங்கி, இரவுப்பொழுதுக்கான பணிகள் துவங்கும் எட்டு மணி என்பது மீனாட்சி அம்மன் கோயிலைச் சுற்றி உருவாகிய ஆதி மதுரை நகரில், சிறிதும் பெரிதுமாக வியாபித்திருக்கும் வியாபாரச் சந்தையின் உச்சகட்டமான நேரம். கோரிப்பாளையம் பாலத்திலிருந்து இறங்கி நெல்பேட்டை வழியாக கீழவாசலோ அல்லது கீழமாசி வீதி, தவிட்டுச் சந்தை வழியாக நாயக்கர் மகால் பகுதியோ அல்லது சிம்மக்கல், மேலமாரட் வீதி வழியாகப் பெரியார் நிலையமோ செல்லும் சாலைகளின் உச்சபட்ச போக்குவரத்து நெரிசலும், சாலையின் இருமருங்கிலும், குறுக்கே போகும் சின்னச்சின்ன சந்துகளிலும் கூட ஏகப்பட்ட வியாபாரங்கள் களைகட்டியிருக்கும்.

தூர்தர்ஷன் காலத்தோடு வழக்கொழிந்துபோன எட்டுமணிச் செய்தி, அன்று அதுவரை கேள்விப்படாத குழப்பத்தைக் கொண்டுவந்திருந்தது. பலசரக்குக் கடைகள், நகைக் கடைகள், காய்கறிக் கடைகள், கமிஷன் மண்டிகள், ஹோட்டல்கள், நடைபாதைக் கடைகள் என்று எல்லா வியாபாரத் தளங்களிலும் ஐநூறு, ஆயிரம் ரூபாய் நோட்டுகள் செல்லாது என்ற அறிவிப்பே பேசுபொருளாக இருந்தது. பதற்றம், பயம் என்பதைத் தாண்டி 'இது என்ன கேனைத்தனம்' என்ற எண்ணமே முதலில் மக்களுக்குத் தோன்றியது. பின்பு, பத்து ரூபாய் காய்ன் செல்லாது என்ற வதந்தியைப் போல இதுவும் ஒரு வதந்தியாகவே இருக்கும் என்று நம்ப முனைந்தனர். அதன்பின் சற்று நேரத்தில் நம்பிக்கையான இடங்களில் இருந்து எல்லாம் செய்தி உறுதியானவுடன், வீதிகளெங்கும் பரபரப்பு தொற்றிக்கொண்டது.

வி.பி. மண்டிக்கு ஒரு லோடு காய்கறிகளை ஏற்றி வண்டி ஓட்டி வந்த பிறகு, பரோட்டா கடையில் வந்து அமர்ந்தான் சரவணன். கொழுந்துவிட்டு எரிந்துகொண்டிருக்கும் இந்தப் பரபரப்பு பூகம்பம் பற்றி தனக்கு முன்னமே தெரியும் என்று வாய்விட்டுக் கத்தவேண்டும் போல இருந்தது. அந்த ஆர்வத்தை மிகக் கஷ்டப்பட்டு அடக்கிக் கொண்டவன், அன்றைய இரவின் முதல் உணவை சாப்பிட்டு முடித்தபின் இன்னொரு கலக்கி கூடுதலாக ஆர்டர் செய்தான். அதையும் ரசித்து வழித்துச் சாப்பிட்டவன், பாக்கெட்டின் உள்ளே துழாவி ஒரு ஐநூறு ரூபாய் நோட்டை எடுத்து, கல்லாவில் அமர்ந்திருந்தவரிடம் நீட்டினான். அவர் இவனை ஏற இறங்கப் பார்த்துவிட்டு, "எப்பவும் பாண்டி கணக்குல தானே எழுதுவ. இன்னிக்கு மட்டும் என்ன புதுசா!" என்றார். "இல்ல, என்னதான் இப்ப முதலாளினாலும், பள்ளிக்கூடத்துல இருந்தே நண்பன் ஆச்சே. அவன் கணக்குலயே சாப்ட்றது வயித்துல ஒட்ட மாட்டுது, அதான்" என்று ரூபாய் நோட்டை அவர் முகத்திற்கு முன் ஆட்டினான். அவர், சட்டையைத் தாண்டி பருத்துத் தெரியும் அவன் தொந்தியை ஒரு முறை ஏற இறங்கப் பார்த்துவிட்டு, "நீ மட்டும் உஷாரா இருக்குறதா நினைப்பா. போப்பே, அவ்வளவு ரோசக்காரன்னா, நூத்தி இருபத்தஞ்சு ரூபா சில்லறையாக் கொடு, ஐநூறு ஓவாத் தாள் எல்லாம் வேண்டாம்!" என்றார்.

சரவணன், ரூபாயை மீண்டும் சட்டைப் பையில் வைத்தபடி, "கணக்குலயே எழுதிக்கோங்க" என்று குசும்பாய் சிரித்துவிட்டு, "பார்த்துய்யா, இனிமே ரூபா நோட்டெல்லாம் கிடையாதாம். நான் நண்பன் மண்டில இருந்து கிழங்கா கொண்டு வந்து கொடுத்து, உன்கிட்ட பரோட்டாவா வாங்கித் தின்னுவேனாம். எல்லாம் பண்டமாத்துதான் இனிமே" என்றான். "பரோட்டா என்ன மரத்துலயா விளையுது. மாவு, எண்ணெயெல்லாம் உங்கப்பனா கொண்டு வந்து கொடுப்பான்" என்று பரோட்டா கடைக்காரர் எரிச்சலானார். சரவணன் கல்லா டேபிளில் வெட்டிவைக்கப்பட்டிருந்த செய்தித்தாள் துண்டுகளில் இரண்டை எடுத்து, சால்னா எண்ணெய்ப் பிசுக்காய் இருந்த கையைத் துடைத்துக் கசக்கி எறிந்துவிட்டு, மண்டியை நோக்கி நடந்தான்.

மண்டி முகப்பு வாசலில் கிடந்த மூட்டைகளுக்கு நடுவே ஸ்ட்டூல்களில் அமர்ந்திருந்த பாண்டியும், கணபதியும் மண்டி வரவு செலவு நோட்டுப் புத்தகத்தில் கணக்குப் பார்த்துக்

கொண்டிருந்தார்கள். சரவணன் வந்து நின்றதைப் பார்த்தும் பார்க்காமல், பாண்டி உள்ளே டேபிள் டிராயரில் இருந்து ஒரு கத்தை சிட்டைகளை எடுத்துவந்து கணபதியிடம் கொடுக்க, அவர் ஒவ்வொன்றிற்காக விளக்கம் சொல்லிக்கொண்டிருந்தார். சரவணன், பாண்டி ஏதாவது சொல்வான் என எதிர்பார்த்து, "என்ன மாப்ள?" என்று இரண்டு மூன்று முறை கூப்பிடவும், "என்ன நொண்ண மாப்ள?" என்று வழக்கமான கடுகடுப்புடன் திரும்பிப் பார்த்தான் பாண்டி.

"கோவிச்சுக்காத மாப்ள, ஊரே அல்லோலபட்டு இருக்கு. உன்கிட்ட விவரம் கேக்கலாம்னு பார்த்தா சலிச்சுக்குறியே!"

"எனக்கென்னடா தெரியும். கிருபாதான் உலக நடப்பெல்லாம் தெரிஞ்சவன். அவன்ட்டதான் என்ன ஏதுன்னு தெரிஞ்சுக்கணும். இப்போ ஒண்ணும் மட்டுப்பட மாட்டிங்குது" என்று தலையைச் சொறிந்தான். சுற்றியிருந்தவர்கள் ரூபாய் நோட்டு செல்லாதது பற்றி சலசலவென ஆளாளுக்கு ஒரு கருத்தைச் சொல்லிக் கொண்டிருந்தார்கள்.

"அடப்பாவி, இவனை மாதிரி ஒரு நடிகனை உலகத்துல பார்த்ததில்லடா. சும்மாவா கல்லுளிமங்கன்னு பேரு வச்சாய்ங்க" என்று சரவணன் மனதுக்குள் நினைத்தவனாய் பாண்டியைப் பார்த்தபடியே நின்றான். பாண்டி இவனைக் கண்டுகொள்ளாமல் தன் வேலையில் மும்முரமாக இருந்தான். அப்போது 'டபடப' சத்தத்தோடு ராஜ்டூட் பைக் ஒன்று பாண்டி அமர்ந்திருந்த ஸ்ட்டூலை இடித்துத் தள்ளுவது போல வந்து, மிக அருகில் பிரேக் அடித்து நின்றது. சைடு ஸ்டாண்டைப் போட்டபடி அதிலிருந்து இறங்கிய முரட்டு ஆசாமி, "மூக்கையா மண்டில இருந்து வர்றேன். கொடைக்கானல்ல இருந்து உங்கட்ட பேசச் சொன்னாங்க" என்றார். பாண்டியும், சரவணனும் ஒருவரை ஒருவர் பார்த்துக்கொண்டனர். கணபதி மண்டியின் உள்ளே முதல் அறைக்குச் சென்று, எதையோ தேடிக்கொண்டிருந்தார்.

காட்சி—5

பைக்கிலிருந்து இறங்கி வந்து, தன்னருகில் நிற்பவரை கவனித்தும் கவனிக்காதது போல, சிட்டைகளைச் சரிபார்ப்பதில் மும்முரமாய் இருந்தான் பாண்டி. "தம்பி, உங்களைத்தான் கேக்குறேன். கொடைக்கானல் கமிஷன் ஏஜண்ட் கணேசன் உங்ககிட்ட பேசச் சொன்னார்" என்றார் வந்தவர். தலைநிமிர்ந்து பார்த்த பாண்டி, "கொடைக்கானல்ல நமக்கு ஏஜண்ட் யாரும் இல்லையேண்ணே. என்ன விஷயமாண்ணே, சொல்லுங்க" என்றான்.

"வழக்கமா கொடைக்கானல்ல இருந்து ஒட்டன்சத்திரம் சந்தைக்கு பூண்டு லோடு போகும். நேத்து வரத்து கொஞ்சம் கம்மியா போச்சு. அதான் நார்த்க்கு போட்டு விடுறதுக்கு உங்கட்ட இருந்து மாத்திவிடலாம்னு கணேசன் சொன்னார்."

"எங்கிட்டயா? எந்த மண்டில கேக்கச் சொன்னாங்க. இது வி.பி. மண்டி. நாங்க கொடைக்கானல்ல இருந்து ஏஜண்ட் மூலமா இறக்குறதே இல்ல. அதும் இல்லாம போன ரெண்டு வாரத்துல நாங்க பூண்டு சப்ளையே எடுக்கலையே!"

"அப்படியா, இங்க உங்கட்டதான் கேக்கச் சொன்னாங்க. அவசரமாத் தேவைப்படுது. உங்களுக்கு என்ன வழக்கமான கமிஷனோ அதுபடியே பண்ணிக்கலாம்."

"அண்ணே நீங்க என்ன சொல்றீங்கன்னே வெளங்கல. உங்கட்ட அட்ரஸ் சொன்ன ஏஜண்ட்கிட்ட தெளிவா கேளுங்கண்ணே!" பாண்டி சற்று எரிச்சலோடு பேச்சை முடித்தான்.

சரவணன், பாண்டியையே வைத்த கண் வாங்காமல் பார்த்துக் கொண்டிருந்தான். வந்தவர் தன் மொபைலை எடுத்து யாருக்கோ அழைத்தார். சிறிது நேரம் காதில் வைத்திருந்துவிட்டு, "போனை எடுக்க மாட்றாப்ல. சரி நான் பாத்துக்குறேன்" என்று கூறிவிட்டு வண்டியைக் கிளப்பினார். சாலையில் நூறு அடி தூரம் சென்றவர், வண்டியை நிறுத்தி மறுபடியும் போன் பேசுவதைப் போல பாண்டி அமர்ந்திருந்த இடத்தைத் திரும்பிப் பார்த்தார். அவன் சிட்டைக் கணக்குகளில் மீண்டும் பிஸியாகிவிட்டதை சற்று நேரம் பார்த்துவிட்டு வண்டியைக் கிளப்பிச் சென்றார்.

பாண்டி, சரவணனிடம் எதுவும் பேசவில்லை. சுற்றி இருந்தவர்கள் ரூபாய் நோட்டு செல்லாததைப் பற்றிப் பலவாறு பேசிக்கொண்டிருந்த விவாதங்களிலும் கலந்துகொள்ளவில்லை. கொஞ்ச நேரம் பொறுத்துப் பார்த்த சரவணன் பின், "சரி மாப்ள. இன்னிக்கு வண்டி வேலை அவ்வளவுதானே. வேற எங்கயும் போக வேண்டியது இல்லைல, நான் கிளம்புறேன். இன்னிக்காவது நேரத்தோட வீடு போய்ச்சேர்றேன்," என்றான்.

"இருடா, கணக்கு முடிச்சுட்டு வர்ரேன். டீ சாப்ட்டுக் கிளம்பு." பாண்டி சொன்னதும், மெதுவாகச் சரி என்பது போலத் தலையாட்டியவனாய், உள்ளே முதல் அறையில் கிடந்த சேரில் போய் அமர்ந்தான்.

கணக்கு வழக்குகளை முடித்துவிட்டு, அங்கிருந்த கூட்டம் கலைந்ததும் பாண்டி உள்ளே வந்து டேபிள் டிராயரில் கத்தையான சிட்டைகளை வைத்துப் பூட்டி சாவியை எடுத்தபடி, கணபதியை அழைத்து, “பார்த்துக்கோங்க” என்று கூறிவிட்டு "போலாமாடா" என்று சரவணனைப் பார்த்தான்.

"மாப்ள, எனக்கு ஒரு டவுட்டு" எனறு சரவணன் ஆரம்பித்ததும், "எனக்கும் அதே டவுட்டுதான். வா, டீ சாப்டுட்டே பேசலாம்" என்று வெளியே வந்து மண்டிக்குப் பக்கவாட்டு சந்தில் நிறுத்தியிருந்த யமஹா லிப்ரோவைக் கிளப்பினான். பக்கத்துக் கடையில் டீ சாப்பிட இவன் எதற்கு வண்டியை எடுக்கிறான் என்று யோசித்தவனாய், சரவணன் பின்சீட்டில் அமர்ந்தான்.

வண்டி சிம்மக்கல் ஒன்வே வழியாக செல்லாத்தம்மன் கோவிலைக் கடந்து, கிளாஸ்காரத் தெருவை நெருங்கும்போதுதான் பாண்டி பேச ஆரம்பித்தான்.

“கிருபா கடைல இருந்து எப்படா கிளம்புவான்?”

“அது, பத்து பத்தரை ஆகும் மாப்ள.”

“கடைலதான் இருக்கானா இல்ல எங்கயும் டெலிவரி கொடுக்கப் போயிருக்கானா, போன் போட்டுக் கேளு!”

வண்டியில் சென்றுகொண்டிருக்கும்போதே, சரவணன் கிருபாவை மொபைலில் அழைத்தான். கிருபா அழைப்பை எடுக்கவில்லை.

“வேலையா இருப்பான் போல மாப்ள. எடுக்க மாட்றான்.”

சரி என்றவன் ஏதோ யோசித்தவனாய் வண்டியை ஓரமாய் நிறுத்திவிட்டு, தன் மொபைலில் இருந்து கிருபாவை அழைத்தான். நான்காவது ரிங்கில் போனை எடுத்தான் கிருபா.

“மாமா, என்ன பிஸியா இருக்கியா?”

“என்ன பிஸி ! பொட்டலம் போட்டுட்டு இருக்கேன். சொல்லு மாப்ள.”

”ஒரு முக்கியமான விஷயம், ஈரக் கிழங்கு விஷயமா. உன்னைப் பார்க்கத்தான் வந்துட்டு இருக்கோம்.”

“வா மாப்ள, கடைலதான் இருக்கேன்.”

“சரி, இன்னும் அஞ்சு நிமிஷத்துல கடைல இருப்பேன்.”

“மேட்டர் கடிசா மாப்ள?”

“இல்ல மாமா, ஒரு சந்தேகம். உன்கிட்ட பேசி நிவர்த்தி பண்ணணும்.”

“சரி மாப்ள, கடைல ஓனர் இருக்காப்ள. நான் பக்கத்துல ஒரு டெலிவரி கொடுக்க வேண்டி இருக்கு. நீ நம்ம பீம்சிங் பாதாம்பால் கடைல நில்லு. நான் ஒரு கால்மணி நேரத்துல வந்துர்றேன்.”

“சரி மாமா.”

அழைப்பைத் துண்டித்துவிட்டு மீண்டும் வண்டியைக் கிளப்பினான் பாண்டி. பின்னால் அமர்ந்திருந்த சரவணன், “ஈரக் கிழங்கு விஷயமா என்ன மேட்டர் மாப்ள?”

“ஏண்டா நீயும்தானே கூடவே இருந்த. எங்கிட்ட என்ன விஷயம்னு புதுசா கேக்குற?”

“புரியல மாப்ள.”

“மண்டிக்கு பூண்டு விசாரிக்க வந்தது யாருனு நினைக்குற?”

“அதான் சொன்னாரே, கொடைக்கானல் கமிஷன் ஏஜண்ட் அனுப்புன ஆளுன்னு.”

“மண்ணாங்கட்டி. டாணாக்காரனுக ஏதோ மோப்பம் பிடிச்சிருக்கானுக. அதான் நம்மட்ட போட்டு வாங்கப் பார்க்குறாய்ங்க.”

“நேத்து நைட்டுதானே மாப்ள போட்டு வச்சோம். அதுக்குள்ளயா தகவல் தெரிஞ்சிருக்கும்?”

“இருக்கலாம். யாருக்குத் தெரியும். எதுக்கும் நம்ம சுதாரிப்பா இருக்குறது நல்லது. ஆமா, கிளம்பும்போது நீ ஏதோ சந்தேகம்னு கேட்டியே, அது இதப்பத்தி இல்லியா. வேற என்ன சந்தேகம்?”

இல்ல மாப்ள, ரூபாய் நோட்டெல்லாம் செல்லாமப் போயிட்டா, கிழங்குக்குப் பண்டமாத்து முறையா பரோட்டா வாங்க ஏதாவது வழியிருக்கான்னு சந்தேகம் வந்துச்சு. அதான் உங்கிட்ட கேட்டுத் தெரிஞ்சுக்கலாம்னுதான்.”

“சூப்பர்டா. அதிருக்கட்டும். உங்க குடும்பத்துக்கு ஒரு பட்டப்பேரு சொல்லுவாங்களே அது என்ன?”

“தின்னு கெட்டு திண்ணை தேய்ச்ச வகையறா.”

“அதுதான் உன் சந்தேகத்துக்கான பதில். மூடிட்டு வா!”

காட்சி—6

கொடைக்கானலின் பாதி மலை புகழேந்திக்குச் சொந்தமானது. அங்கே அவர்கள் குடும்பதுக்கென பரம்பரை பரம்பரையாகத் தனி சாம்ராஜ்யமும் மக்கள் செல்வாக்கும் இருந்தது. அதிக மதிப்பிலான ரூபாய் நோட்டுக்களை திடீரென செல்லாதென அறிவிக்கப்போகும் தகவல் இரண்டு வாரங்களுக்கு முன்னரே அவர் காதுக்கு எட்டியது. அதற்குப் பொதுவாகக் கூறப்பட்ட கறுப்புப்பண ஒழிப்பு, தீவிரவாத தடுப்பு நடவடிக்கை, டிஜிட்டல் பணப்பறிமாற்றம் ஆகியவற்றைத் தாண்டி, வேறு ஏதோ அரசியல் காய்நகர்த்தல் இருக்கும் என்று அவர் யூகித்தார். அது என்ன என்பதும் விரைவிலேயே அவருக்குத் தெரிந்தது.

கொடைக்கானல் மலைப்பகுதியிலுள்ள அத்தனை கிராமங்கள், வத்தலகுண்டு, ஒட்டன்சத்திரம், பழனி, பெரியகுளம் வரையில் அவர் குடும்பத்துக்கெனப் பல தலைமுறையாய் சேர்த்துவைத்த மரியாதையும் இருந்தது. அவரது தாத்தா அந்த மாகாணத்தின் முதல் மேயராக இருந்தவர். இன்று கொடைக்கானலில் இயங்கும் அரசு கோடைவாசஸ்தல மாளிகையும், பல அரசு அலுவலகக் கட்டடங்களும் அவர் குடும்பத்தினர் தானமாக வழங்கியவை.

மத்திய அரசின் பிரதிநிதியாக முன்னாள் அமைச்சர் ஒருவர் வந்து புகழேந்தியைச் சந்திக்கத் தேதி கேட்டபோது, வழக்கமாக மற்ற கட்சிகளைப் போல, தங்கள் கட்சிக்கும் நிதி வழங்க வேண்டும் என்ற கோரிக்கை தொடர்பாகத்தான் இருக்குமென்று அவர் நினைத்தார். புகழேந்தி குடும்பத்தினர், அவர் தாத்தா காலத்திற்குப் பிறகு நேரடி அரசியலில் ஈடுபடுவதில்லை. கல்வி,

தொழில் என்று மேலை நாடுகளுக்குப் பறந்தவர்கள் தங்கள் தொழில் சாம்ராஜ்யத்தையும், குடும்பப் பாரம்பரியத்தையும் நிலைநாட்டுவதிலேயே முனைப்புக் கட்டினர். ஆனால் ஆளும் கட்சி, எதிர்க்கட்சி என்று யாரையும் பகைத்துக்கொள்ளாமல், கட்சி நிதி, நல உதவிகள், அரசியல் கட்சிகள் எதிர்பார்க்கும் இன்ன பிற சமாச்சாரங்கள் என்று எந்தக் குறையும் இல்லாமல் கவனித்துக்கொள்வார்கள். எனவே எந்தக் கட்சி ஆட்சிக்கு வந்தாலும் புகழேந்தி குடும்பத்தின் செல்வாக்கு வளர்ந்தபடியேதான் இருந்தது.

முன்னாள் மத்திய இணையமைச்சர் தனது சம்பிரதாய முகமன்களுக்குப் பிறகு விஷயத்துக்கு வந்தார். முதலில் தங்களது தேசியக் கட்சியில் இணைந்து நாட்டுக்குப் பணிசெய்ய வேண்டும் என்று புகழேந்திக்கு அழைப்பு விடுத்தார். அதனை புகழேந்தி ஒரு புன்னகையோடு மறுக்கவும், வந்தவர் தனக்கு மனப்பாடம் செய்து அனுப்பப்பட்ட தேசபக்திப் பாடங்களை வேதம் போல ஒப்புவித்தார். எல்லாவற்றையும் புன்னகை மாறாமல் கேட்ட புகழேந்தி, "இந்த நாடு எங்களுக்குமானதுதானே சார். இதுக்கு என்ன பண்ணணும்னு எங்களுக்கு சம்பந்தம் இல்லாம எங்கிருந்தோ வந்த நீங்க பாடம் நடத்துறீங்க பார்த்தீங்களா!" என்றார். வழக்கமாய் தேவைக்கு அதிகமாய் ஒரு வார்த்தை கூட புகழேந்தி பேசமாட்டார். ஏனோ முன்னாள் அமைச்சர் கூறியது எங்கோ அவரது சுயமரியாதையைத் தொட்டுவிட்டது.

புகழேந்தி கூறியதைக் கேட்டதும், வந்தவரின் கூழைக்கும்பிடு முகமூடி மறைந்தது. சர்வ வல்லமை பொருந்திய இன்றைய உச்சபட்ச அதிகாரத்தின் மதிப்புமிக்க பிரதிநிதி தான் என்ற கிரீடம் அவர் தலையில் ஏறியது. "புகழேந்திஜி, உண்மையில் எங்கள் தேசியத் தலைமையிடமிருந்து கொண்டு வந்த செய்தி ஒன்று பாக்கியிருக்கிறது. எங்கள் பயிற்சியின் முறைகளில் சாம, பேத, தான, தண்ட முறைகள் இருக்கின்றன. அதன்படி கடைசி முறையையும் கூறி முடித்துவிடுகிறேன். இன்றைய தேதிக்கு உங்களது கணக்கில் வந்த, வராத வருமானங்கள், பட்டா போட்ட, தாமிரப் பட்டயம் மட்டும் உள்ள அல்லது இவை எதுவுமே இல்லாமல் பல ஆண்டுகளாய் உங்கள் பயன்பாட்டில் உள்ள மலைகள், தோட்டங்களில் விளையும் பூண்டு கிழங்குகளுக்கு அடியில் மக்காத கல்லறைப் பெட்டிகளில் உறங்கும் ரொக்கப்

பணம், வெளிநாடுகளிலும், ஷேர் மார்க்கெட்டிலும் எண்களாய் நாளும் உயர்ந்துகொண்டிருக்கும் கணக்கு நிலவரங்கள் என அனைத்தும் எங்களுக்குத் மிகத் துல்லியமாய்த் தெரியும். டிஜிட்டல் இந்தியா ஜி, விரல் நுனியில் தகவல்கள் கிடைத்துவிடுகின்றன. எங்கள் தலைமை விரும்புவது அதிகமில்லை. உங்களிடமிருக்கும் கையிருப்பு ரொக்கப் பணம் அனைத்தையும் எங்கள் கட்சி நல நிதிக்குச் சேர்ப்பித்துவிட்டு, உங்களை எங்கள் கட்சியில் இணைத்துக்கொள்ளவேண்டும். அதன் பின் தேவையான பதவிகளும் பாதுகாப்பும் தாமாக உங்களைத் தேடிவரும். நீங்கள் இல்லையென்று சொன்னாலும், பரவாயில்லை. விரைவில் உங்களைப் போன்றவர்களுக்கு அது ஒன்றுதான் வாய்ப்பாக இருக்கப்போகிறது."

அவர் கூறி முடிக்கும்வரை நிதானமாகக் கேட்டுக்கொண்டிருந்த புகழேந்தி, "நான் ஒரு முன்னாள் அமைச்சருக்குரிய மரியாதையைத் தர விரும்பினேன். அதனால்தான் நீங்க பேசிக் கொண்டிருக்கும்போதே, எழுந்து வெளியே போங்க என்று சொல்ல நாகரிகம் இடம் தரவில்லை. நான் ஒண்ணு மட்டும் சொல்லிக்க விரும்புறேன். நாட்டோட இந்தப் பகுதில இருக்க எங்களுக்கு வேதம் எல்லாம் தெரியாது. ஆனா எங்களுக்குத் தெரிஞ்ச பழமொழி ஒண்ணு இருக்கு. அது 'வெட்டு ஒண்ணு துண்டு ரெண்டு'. அவ்வளவுதான், நீங்க கிளம்பலாம் சார்" என்று கூறிவிட்டு புகழேந்தி விருட்டென எழுந்து அங்கிருந்து கிளம்பி மாடிக்குச் சென்றார். முன்னாள் அமைச்சர் ஒரு மௌனப் புன்னகையோடு அமர்ந்த இடத்திலிருந்தே, புகழேந்தி வேகமாகச் செல்வதைப் பார்த்துக்கொண்டிருந்தார்.

காட்சி—7

கீழமாசி வீதியில், மீனாட்சி அம்மன் கோயில் தேர் நிறுத்தத்தை ஒட்டி இருக்கும் சிச்சா சந்தனக்கடைக்குப் பின்னால் இருந்தது, கிருபாகரன் வேலை பார்க்கும் மொத்த பலசரக்குக் கடை. வழக்கமான இரவு ஒன்பது மணி வியாபாரக் கூட்டத்தோடு, ரூபாய் நோட்டு செல்லாது என்ற களேபரமும் சேர, அன்று அந்த ஏரியா 'ஜே ஜே' என்றிருந்தது. வெளியே நடப்பதற்கும் தனக்கும் எந்தச் சம்பந்தமும் இல்லை என்பதைப் போல, கிருபா கடை வேலையில் மும்முரமாய் இருந்தான். சில்லறை வியாபாரிகள் நான்கைந்து பேர் தங்கள் கடைகளுக்குத் தேவையான சாமான் லிஸ்ட்டை அப்போதுதான் கொடுத்துச் சென்றிருந்தனர். பாண்டியிடமிருந்து போன் வந்தபோது கிருபா, வியாபாரிகளின் லிஸ்ட்டில் இருந்த மிளகு, சீரகம், கடுகு, உளுத்தம்பருப்பு, பாசிப்பருப்பு, மஞ்சள், பெருங்காயம் என்று ஒவ்வொரு சாமானாக நிறுத்துப் பார்சல் போட்டு, பெரிய அட்டைப் பெட்டிகளில் அடுக்கி வைத்துக் கொண்டிருந்தான்.

அடுத்த கால்மணிநேரத்தில் அவனும், மற்ற கடைப்பையன்களுமாய்ச் சேர்ந்து அனைத்து லிஸ்ட்டுகளுக்கான பார்சல்களையும் கட்டி, பெரிய பெரிய அட்டைப்பெட்டிகளில் அடுக்கி டெலிவரிக்குத் தயாராக பேக்கிங் டேப் போட்டு கச்சிதமாக ஒட்டினர். கிருபா அதில் ஒரு சிறுவனை அனுப்பி தெருமுக்கில் நின்றிருந்த ட்ரைசைக்கிளை அழைத்துவரச் சொன்னான். ட்ரைசைக்கிள்காரரும், கடைப்பையன்களுமாய் அட்டைப் பெட்டிகளை வண்டியில் ஏற்றி, தார்ப்பாய் போட்டு கட்டிமுடித்தனர். கிருபா, டெலிவரி கொடுக்க வேண்டிய கடைப் பெயர்களை ஒரு சிகரெட் அட்டையில்

குறித்து டிரைசைக்கிள்காரரிடம் கொடுத்துவிட்டு மொபைலைப் பார்த்தான். மணி ஒன்பதே கால் ஆகியிருந்தது. கல்லாவில் அமர்ந்திருந்த ஓனரிடம், "டெலிவரி செக் பண்ணி கொடுத்துட்டு வர்றேன்" என்று சொல்லிவிட்டு எம்.80 யை எடுத்துக்கொண்டு பீம்சிங் பாதாம்பால் கடைக்குக் கிளம்பினான்.

பாதாம்பால் கடைக்குக் கொஞ்சம் தள்ளியிருந்த பெட்டிக் கடையின் பின்புறம், பாண்டியும் சரவணனும் ஆளுக்கொரு கோல்ட் ஃப்ளேக் ஃபில்டரை ஊதியபடி கிருபாவுக்காகக் காத்திருந்தனர். கிருபா கடைக்கு முன் ஓரமாய் எம்.80 யை நிறுத்துவதைப் பார்த்ததும், பாதி சிகரெட்டைக் காலால் நசுக்கி அணைத்துவிட்டு பாண்டி முன்னால் வர, பின்னால் கையில் சிகரெட்டோடு சரவணன் வந்தான். பாண்டி கூட்டமாக இருந்த கடையை விட்டு சற்றுத் தள்ளி ஓரமாகப் போய் நின்றான். சரவணன் மூன்று பாதாம் பால் ஆர்டர் சொல்லிவிட்டு, சேட்டுப்பையன் பாலை லாகவமாக ஆற்றுவதை வேடிக்கை பார்த்தான். மிகப்பெரிய வடைச்சட்டி போலிருந்த பால் வட்டையிலிருந்து பெரிய பித்தளைச் செம்புகளில் பாலை எடுத்துக்கொண்டு தன் கழுத்தைச் சுற்றி தோள் வழியாக சூடான பாதாம் பாலை ஆற்றிக்கொண்டிருந்தான் பையன். அதனை சரவணன் பார்த்துக்கொண்டிருக்க, கிருபா பாண்டி அருகில் சென்று, "என்ன மாப்ள, என்ன விஷயம்?" என்றான்.

"ஈரக் கிழங்கை டாணாக்காரய்ங்க மோப்பம் பிடிச்சுட்டாய்ங்க போல மாமா. இன்னிக்கு நோட்டம் பார்க்க வந்தாய்ங்க" என்று சற்றுமுன் மண்டியில் வந்து ஒருவன் விசாரித்துவிட்டுச் சென்றது முழுவதையும் கூறினான்.

பாதாம்பால் கடையிலிருந்து வந்த சரவணனின் இரண்டு கைகளிலும், சர்பத் குடிக்கும் அளவுக்கான இரண்டு பெரிய பித்தளை டம்ளர்களில் மேல் விளிம்பு தட்டும் அளவுக்கு பாலாடையும் ஜீனியும் போட்ட, சுண்டக்காய்ச்சிய பாதாம்பால் இருந்தது. சரவணன் ஒன்றை பாண்டியிடம் நீட்டினான். இன்னொன்றை வாங்க கிருபா கையை உயர்த்தினான். "மயிரு, உன் மேல செம கடுப்புல இருக்கேன். நான் கூப்பிட்டப்போ போனை எடுக்க மாட்ட. உடனே பாண்டி கூப்பிடுறான். அப்போ மட்டும் நொட்டுற. நீயே போய் வாங்கிட்டு வந்து குடி" என்று தன் கையில் இருந்த டம்ளரைத் தர மறுத்தான்.

“ஏய், இல்லடா. நீ இன்னேரத்துக்கு மண்டிலதான் இருப்பேன்னு தெரியும். நீ கூப்பிட்டப்போ பாதி வேலைல இருந்தேன். சரி வேலையை முடிச்சிட்டு திருப்பிக் கூப்பிடலாம்னு நினைக்குறதுக்குள்ள அடுத்து இவன்ட்ட இருந்து கால். அதான் ஏதோ அவசரம் போலன்னு எடுத்துப் பேசினேன்” என்றான் கிருபா.

“ஏதாவது பேசி சரிக்கட்டிப்புடு மாமா” என்று சமாதானம் அடைந்தவனாய் தன் கையில் இருந்த டம்ளரை ஒரு வாய் குடித்தபின் கிருபாவிடம் கொடுத்துவிட்டு, தனக்கான டம்ளரை எடுத்துவர கடைக்குத் திரும்பினான்.

கிருபா, “இவனுக்கு இதே வேலையாப் போச்சு” என்று லேசாகச் சிரித்தபடி பாண்டியிடம் திரும்பினான். பாண்டி இதை எதையும் கவனிக்காதவனாய், எதையோ யோசித்தபடி தன் கையில் இருந்த பால் டம்ளரைப் பார்த்தபடி இருந்தான். கிருபா, “எத்தனை பேரு மாப்ள வந்தானுக?” என்று அவனிடம் பேச்சுக்கொடுத்தான்.

“ஒருத்தன்தான் மாமா. நேத்து ரூபாய்க் கட்டை கொண்டுவந்து போட்டுட்டு, இன்னிக்கு உடனே பூரா ரூபாயும் செல்லாதுன்னு செய்தி வந்ததும், எனக்கு ஒரு மாதிரி பக்குன்னு இருந்துச்சு மாமா. அதுல போலீஸ் இடைஞ்சல் வேறன்னவுடனே அப்படியே ப்ளாங்க் ஆகிருச்சு. அதான் உன்கிட்ட பேசுனா தெளிவு கிடைக்கும்னு கூப்ட்டேன்.”

“அதான் நோட்டு செல்லாமப் போகப் போகுதுன்னு கொடைக்கானல் முதலாளி, முன்னமே சொன்னது தானே!”

“சொன்னதுதான். ஆனா, இன்னிக்கே நடக்கும்னு தெரியாதுல்ல. அதான் ஃபங்க் ஆயிட்டேன். மத்தபடி ஒண்ணுமில்லை. நிதானமா யோசிச்சா நாம பேசினபடியேதான் செய்யப்போறோம். ஒண்ணும் பயப்பட வேண்டாம்னு தோணுது.”

இவர்கள் பேசிக்கொண்டு இருக்கும்போதே, சரவணனும் வந்து இவர்களுடன் சேர்ந்துகொண்டான்.

காட்சி—8

கிருபா இரண்டு, மூன்று முறை நிதானமாகப் பாலை உறிஞ்சிக் குடித்தான். பின் தலையை உயர்த்தி வானத்தைப் பார்த்தான். அவன் பார்க்கும் திசையில், சரவணனும் தலையை உயர்த்த, வானத்தை மறைத்துக்கொண்டு ஈ.பி. வயர்கள்தான் குறுக்கும் மறுக்குமாய் கொசகொசவென்று தெரிந்தது.

கிருபா மெதுவாக "இல்ல மாப்ள. மனசாட்சி அடிக்குற முதல் அபாய மணியை உதாசீனப்படுத்தக் கூடாது. உனக்கு ஏதோ தடங்கல்னு தட்டுப் பட்டுருச்சுல்ல. ஈரக் கிழங்கை இடம் மாத்திருவோம்" என்றான்.

சரவணன் குறுக்கிட்டவனாய், "மாமா, சும்மா மாப்ளயைப் போட்டுக் குழப்பாதே. அவன் குடோன்தான் சேஃப்."

பாண்டி சரவணனனை அமைதியாய் இருக்குமாறு லேசாக சைகை செய்யவும், கிருபா தொடர்ந்தான்.

"குறிப்பிட்ட சில்லறை வியாபாரிங்கட்ட பேசி அவங்கட்ட சிப்பங்கள் போய்ச்சேர்ற வழி, அவுங்க மூலமா புது நோட்டா மாத்துற முறை எல்லாம் அதேதான். அதுக்கான ஆளுங்களை சேர்க்குற வரை பொருளை பத்திரப்படுத்தணும். இருப்பு இடத்தை மட்டும் குடோனுக்கு பதிலா வேற இடம் மாத்திருவோம்."

பாண்டி சற்று யோசித்தவனாய், "அதுவும் சரிதான் மாமா. அனுப்பானடில நாங்க வாடகைக்குக் குடியிருக்குற வீடுகள்ல ஒண்ணு காலியாத்தான் இருக்கு. ஓனர்ட்ட குடோனுக்கு வேணும்னு சொல்லி, அங்க போட்ருவோம்" என்றான்.

கிருபா, “மாப்ள, உன் சம்பந்தப்பட்ட இடங்கள்ல வேணாம்னு தோணுது. குடோனுக்கு வந்தவய்ங்க, அனுப்பானடிக்குப் போக ஏழு மலையவாத் தாண்டணும்!” என்றதும் பாண்டிக்கு அதுவும் சரியெனப்பட்டது. ஆனால் குடோன், வீடு என்று தனக்குப் பழக்கமான இடங்கள் இல்லாமல் வேறு எங்கே வைத்து அவ்வளவு பணத்தைப் பாதுகாப்பது என்று அவனால் தெளிவான முடிவுக்கு வரமுடியவில்லை. மூவரும் அமைதியாகப் பாதாம் பாலைக் குடித்து முடித்தனர்.

“உன் தொழிலுக்கும், வீட்டுக்கும் சம்பந்தம் இல்லாத ஒரு இடமா யோசி, மாப்ள.”

“மாமா, பள்ளிக்கூடம் முடிச்சதும், மண்டில விழுந்தேன். அதுல இருந்து இருவத்தி நாலு மணி நேரமும் இதுலதானேடா கெடந்து உருண்டுட்டு இருக்கேன். அதைத் தவிர எனக்குத் தெரிஞ்சதுன்னா நீங்க ரெண்டு பேரு மட்டும்தான்.”

"வேறு என்ன செய்யலாம்?" என்பதுபோல சரவணன், கிருபாவைப் பார்த்தான். கிருபா அமைதியாக நின்றான்.

சற்றென பாண்டி கிருபாவை நோக்கி, "மாமா நீதான் மாமா இறங்கணும். உனக்குத் தோதான இடம் இருந்தா சொல்லுடா!" என்றான்.

கிருபா வேகமாகத் துணுக்குற்று, “மாப்ள நீ எதுனாலும் இறங்கிப் பண்ணுவேன்னு உம்மேல இருந்த நம்பிக்கைலதான் நானும், இவனும் இந்த விஷயத்துக்கு ஒத்துக்கிட்டோம். வழக்கமா நான் ஐடியா கொடுப்பேன், நீ அதை யோசிச்சு செயல்படுத்துவ, இவன் என்ன ஏதுன்னு பதில் கேள்வி கேட்காம கூட நிப்பான். அதுதானே இத்தனை வருஷமா நடக்குது.”

“அது சரிதான் மாமா. வாழ்க்கைல ஒரு லிஃப்ட் வேணும்னு தானே இந்த வேலைல இறங்கிருக்கோம். பாரு, எங்க தாத்தன் பேருல இருக்க மண்டிக்கே எவனோ ஒருத்தன் முதலாளியா இருக்கான். எங்க அப்பன் வாங்குன கடனுக்கு நான் ஆயுசு முழுக்க அவனுக்கு உழைச்சுக் கொடுத்துட்டு இருக்கேன். நீ எவ்ளோ பெரிய மூளைக்காரன், பொட்டலம் மடிச்சுட்டு இருக்க. சின்ன வயசுல இருந்து நம்மளே கதின்னு இருக்கவன், ராத்திரி பகல் பார்க்காம கண்முழிச்சு டிரைவரா ஓடிட்டு இருக்கான்.

இவ்ளோ உழைப்பையும் நாம எவனுக்கோ பண்ணாம, நமக்காக பண்றதுக்கு கடவுளாப் பார்த்து ஒரு வாய்ப்பு கொடுத்திருக்கான் மாமா. அதை நாமதான் பயன்படுத்தி மேலே ஏறி வரணும்."

"அதெல்லாம் சரிதான் மாப்ள. நானே இறங்கினா சொதப்பிருவேன் மாப்ள. நமக்கு அவ்ளோ தைரியம் பத்தாது."

"தெரியும் மாமா. அதான் உங்களை ரொம்ப இன்வால்வ் பண்ணவே இல்லை. மாட்டுனா இது என் ரிஸ்க் மட்டும்தான். சக்சஸ் ஆச்சுன்னா மூணு பேருக்கும் சரிபங்கு. எல்லாம் ஏற்கனவே பேசுன மாதிரிதான். நீ இடம் மட்டும் உன் பழக்கம் மூலம் கண்டுபிடிச்சுக் கொடு. பொத்துனாப்ல வச்சிட்டு ஒரு வாரத்துல சப்ஜாடா கிளியர் பண்ணிடலாம். எனக்குத் தெரிஞ்சு தொழில், குடும்பத்துக்கு வெளியேனா நம்பிக்கையான ஆளுக நீயும், இவனும்தான். இவன்கிட்ட கொடுத்து பாதுகாப்பா வைக்க முடியுமா சொல்லு. நீதான் மாமா ஏதாவது சோர்ஸ் கண்டுபிடிக்கணும்."

சரவணன், "நான் வேணும்னா ஏதாவது முயற்சி பண்ணட்டா மாப்ள?"

பாண்டி அவசரமாக, "டேய் சீரியஸா பேசிட்டு இருக்கும்போது காமெடி பண்ற. கொஞ்ச நேரம் சும்மா இருடா" என்று அதட்டினான்.

"சாரி மாப்ள, நீங்க பேசுங்க" என்று காலி டம்ளர்களை வாங்கிக் கொண்டு கடையின் பக்கவாட்டு டேபிளில் வைத்துவிட்டு, பாதாம்பாலுக்கான பணத்தையும் கொடுத்துவிட்டுத் திரும்பினான்.

கிருபா இன்னும் யோசித்தபடியே நின்றான்.

சரவணன்தான் மறுபடியும் பேச ஆரம்பித்தான். "ஏய் மாமா, நீதானே அவனுக்கு முதல்ல இருந்து ஐடியா கொடுக்குறவன். இப்போ ஒரு முடிச்சு விழுந்திருக்கு, நீ தான்டா எடுத்துவிடணும். டேய் பாண்டி, ஒண்ணும் கவலப்படாத அதெல்லாம் கிருபா மாமா ஏதாவது வழி பண்ணுவான்" என்று நம்பிக்கையூட்டும் விதமாகப் பேசியபடி, கிருபாவின் தோளைத் தட்டிக் கொடுத்தான் சரவணன்.

கிருபா சற்று நேரத்துக்குப் பின், "சரி மாப்ள, ஒரு இடம் இருக்கு. பாத்துக்கலாம் விடு" என்று தலையை நிமிர்த்தி பாண்டியைப் பார்த்துச் சிரித்தான்.

பாண்டியும் சற்று ஆசுவாசமாய், "சூப்பர் மாமா. எப்போ கொண்டு போய் வைக்கலாம்னு நீ கேட்டு கன்ஃபார்ம் பண்ணி வை. நாம நாளைக்கு கடை வேலை முடிஞ்ச பிறகு சந்திப்போம்."

"மாப்ள, இதுக்கென்ன நேரம் காலம் ஜோசியமா பார்க்கப் போறோம்! இன்னிக்கும் நமக்கு சிவராத்திரிதான். மாத்தணும்னு முடிவு பண்ணியாச்சுல்ல. இன்னிக்கே மாத்திருவோம். கொடைக்கானல்ல இருந்து எதுவும் தகவல் வந்ததா?"

"இல்ல மாமா, அடுத்து நாளை காலைதான் முதலாளி பேசச் சொல்லியிருக்கார்."

"சரி அது காலைல பாத்துக்கலாம். நீ போய் மண்டில இன்னிக்குள்ள வேலைகளைப் பாரு. நான் கடைக்குப் போய் தலையைக் காமிச்சுட்டு, கிழங்கு வைக்குற இடத்தைக் கன்ஃபார்ம் பண்ணிட்டு பன்னெண்டு மணி வாக்குல மண்டிக்கு வர்றேன்."

சரி என்று தலையசைத்தவனாய் பாண்டி, தன் யமஹாவைக் கிளப்பினான். பின்னால் அமரப்போன சரவணனை, "டேய், நீ என்கூட வாடா. கொஞ்சம் ஜைஜாண்ட்டிக்கான ஆளு கூட இருந்தா எனக்கு தைரியமா இருக்கும்" என்று அவனை இழுத்துத் தன் எம்.80 யில் ஏற்றிக்கொண்டு, வடக்கு மாசி வீதி குறுக்குச் சாலை வழியாகக் கீழமாசி வீதியில் இருக்கும், தான் வேலை பார்க்கும் பலசரக்குக் கடைக்கு வண்டியை ஓட்டினான்.

வண்டியில் ஏறியதிலிருந்து அமைதியாக வந்த சரவணனிடம், "ஏன்டா சத்தம் காட்டாம வர்ற. தூங்கிட்டயா?" என்றான்

"நாம பண்ற சம்பவத்துக்கு தூக்கம் வருமா, மாமா. கொஞ்சம் பயமாத்தான் இருக்கு, அதான் பசியெடுக்க ஆரம்பிச்சிருச்சு. ரெண்டு பரோட்டாவைப் பிச்சுப் போட்டா சத்தம் தானா வந்துரும்."

"அப்போ இன்னிக்கு நைட்டு கொஞ்சம் சத்தம் வராமயே இருக்கட்டும்."

"ஏன் மாமா?"

"பிறகு! பாண்டியைக் கண்காணிக்க ஆரம்பிச்சுட்டாங்கன்னா, அவன் பொருள் வைக்குற இடத்துக்குக் கூட வராம இருக்குறதுதானே நல்லது. இன்னிக்கு சம்பவம் பண்ணப்போறதே நீதான்."

"நானா மாமா?"

"ஆமான்டா, நீயேதான்." என்றவன், வண்டியை ஓட்டியபடி யாருக்கோ மொபைலில் அழைத்தான். எதிர்முனையில் கேட்ட, "ம்ம், சொல்லு" என்ற பெண்குரல் பின்னால் அமர்ந்திருந்த சரவணனின் காதில் சில்லென கீறலாக ஒலித்தது. அவனது பசி இன்னும் அதிகமாகியது. சரவணன் சம்பவத்துக்குத் தயாரானான்.

காட்சி—9

பாண்டியின் மண்டியிலிருந்து பணம் இருந்த சிறிய கிழங்குச் சிப்பங்களை ஒரு டாடா ஏஸ் குட்டியானையில் அள்ளிப் போட்டுக்கொண்டு, கிருபாவும் சரவணனும் திருப்பரங்குன்ற மலையடிவாரத்துக்கு சென்றனர். பணம் எங்கே பதுக்கலில் இருக்கிறது என்ற தகவலை கணபதியிடம் கூறவேண்டாம் என்று கிருபா சொன்னதால், பாண்டி அவரிடம் பணம் மறுபடியும் கொடைக்கானல் போகிறது என்றே சொல்லி வைத்திருந்தான்.

சரவணன் வண்டியை ஓட்டிவர, கிருபா முன் சீட்டில் அவன் அருகில் அமர்ந்திருந்தான். நடுநிசியில் கீழே திருப்பரங்குன்றம் கோவில் கொடிமரத்திற்கு அருகே சோடியம் விளக்கொளியும், மலையின் மீதிருந்த சிக்கந்தர் தர்காவின் உச்சியில் வளர்பிறை நிலவொளியும், தெருக்களில் ஆங்காங்கே சொற்பமாய்த் தெருவிளக்குகள் இவை தந்த மெல்லிய வெளிச்சம் ஆகியவை போக, ஊரே இருளில் துயில்கொண்டிருந்தது.

அங்கே தெற்குத் தெருவின் கடைசி வீட்டின் முன் வண்டி நின்றதும், உள்ளிருந்து தூக்கக் கலக்கத்தோடு ஒரு பெண் வந்து உள்கூடிப் பூட்டியிருந்த பூட்டைத் திறந்து, நிலைக்கதவை மெதுவாகத் தள்ளியபடி வந்தாள். வீட்டின் பழமைக்கு பெரிய நிலைக்கதவு சாட்சியாய் நின்றது. கிருபாவைப் பார்த்ததும் வா என்பதைப் போல தலையை அசைத்துவிட்டு அவள் மீண்டும் வீட்டுக்குள் சென்றாள். கிருபா, சரவணனை வண்டியில் இருக்குமாறு சைகை காட்டிவிட்டு அவளைத் தொடர்ந்து சென்றான். வீட்டின் நடுவில் முன்பக்கத் திண்ணையிலிருந்து பின்கட்டுக் கொல்லைப்புறம்

வரை குறுகிய சந்து போல நீண்டு சென்றது வராண்டா. அதன் இடதுபுறம் ஒரு பெரிய ஹாலும், வலதுபுறம் வரிசையாக நான்கு சின்னச் சின்ன அறைகளும் இருந்தன.

அவர்கள் இருவரும் வராண்டா வழியாகச் செல்லும்போது, முதல் அறையிலிருந்து இருமல் சத்தம் கேட்டது. "ஏன் தனம், பூர்ணம்மாவுக்கு இன்னும் இருமல் நிக்கலியா?" என்று முன்னால் சென்றுகொண்டிருந்தவளிடம் சன்னமான குரலில் கிருபா கேட்டான். அவள் அதற்கு பதிலேதும் சொல்லாமல், தனது இடுப்பில் செருகியிருந்த சாவிக்கொத்தை எடுத்து, வலது புறம் கடைசியில் இருந்த அறையைத் திறந்தாள். உள்ளே மல்லி, தனியா, மிளகாய் மூட்டைகளோடு, தானியங்கள் பருப்புகள் நிறைந்த சிறிய மூடைகளும் அறையின் முக்காவாசி இடத்தை அடைத்தபடி அடுக்கி வைக்கப்பட்டிருந்தன. அவள் கிருபாவைப் பார்த்து, "இங்க வைக்கிறியா இல்ல இரண்டாவது ரூம் காலியாத்தான் இருக்கு. அங்க வைக்குறியா?" என்றாள். அவன் "இங்கேயே வச்சுக்கலாம்" என்றவனாய் கால்மாட்டில் இருந்த இரண்டு மூட்டைகளை ஓரமாய் இழுத்து வைக்க முயற்சித்தான். அவளும் சேர்ந்து இழுக்க அறைக்குள் செல்வதற்கான வழி கிடைத்தது. உள்ளே ஆங்காங்கே இருந்த மூட்டைகளை இருவரும் சேர்ந்து ஒழுங்குபடுத்தவும், சிப்பங்கள் வைப்பதற்கான இடம் கிடைத்தது. அவளை விட கிருபா அதிகமாக மூச்சுவாங்கினான். “உனக்குத்தான் இதெல்லாம் முடியாதே. மண்டிக்காரய்ங்க ரெண்டு பேர கூடக் கூட்டிட்டு வந்திருக்கலாம்ல” என்றாள். அவன் லேசாகச் சிரித்தபடி, “கொஞ்சம் அவசரம். சரியான ஆள் கெடைக்கல. நான் சொல்லியிருக்கேன்ல, பாண்டி.... அவனோடதுதான். அவனும் வரமுடியல” என்றான்.

மூச்சு நிதானமானவுடன் கிருபா, தண்ணீர் வேண்டும் என்பது போல சைகை செய்தான். தனலெட்சுமி அந்த அறைக்கு முன்பிருந்த சமையல்கட்டுக்குச் சென்று, ஒரு சொம்பில் தண்ணீர் மொண்டு வந்து அவனிடம் தந்தாள். ஒரு சொம்புத் தண்ணீரையும் குடித்துவிட்டு, “சரி, சிப்பங்களைக் கொண்டு வந்து இங்க அடுக்கி வச்சிடுறோம்” என்றவாறு வெளியே வந்தான். பின்னாலிருந்து, “டிரைவரையும் கூட கூட்டிக்கோ” என்றாள் தனலெட்சுமி. “ஏய், அவன்தான் சரவணன். சொல்லியிருக்கேன்ல. எங்க குண்டன், அவன்தான் வந்திருக்கான்” என்றான். அவள் “அவன் டிரைவர்

தானே” என்ற மெதுவாக முனகியபடி வாசலுக்கு வந்தாள். சரவணன், “எவ்வளவு நேரம்டா!” என்று மெதுவாக கிருபாவின் காதைக் கடித்தான். “சரி வா” என்று அவன் முதுகில் தட்டியபடி, வண்டிக்குப் பின்னால் சென்றான். அடுத்த ஒருமணிநேரத்தில், கிருபா உதவி செய்ய, சரவணன் ஒருவனாகவே சிப்பங்களை இறக்கி கடைசி அறையில்கொண்டு போய் மொத்தமாய் அடுக்கி வைக்கும் வேலையை செய்துமுடித்தான். அவன் உடல் முழுதும் தொப்பலாய் நனைந்துவிட்டது. கடைசி அறையை மறுபடியும் பூட்டி தனலெட்சுமி சாவிக்கொத்தை எடுத்துக்கொண்டபின் மூவரும் வராண்டாவிற்கு வந்தனர்.

கிருபா அவளிடம், “பொடி அரைக்க ஏதும் சாமான் எடுக்கணும்னா நீ மட்டும்தானே இந்த ரூமுக்கு வருவ? கொஞ்சம் ஜாக்கிரதை” என்றான்.

“யப்பா, ஒண்ணும் பயப்படாதே. உங்க கிழங்கை அவிச்சு ஒண்ணும் தின்னுறமாட்டாங்க” என்று அவள் நக்கலாய் பதிலளித்தாள்.

“கிழங்கு மூட்டைல ஒண்ணு குறைஞ்சாலும் உன்னைத்தான் கொண்டுபோய் மண்டில உக்கார வச்சுருவேன், பார்த்துக்கோ!”

“என்னை வச்சுக் கட்டியாள உன்னாலயும் முடியாது, உங்க தாத்தனாலயும் முடியாது. பத்திரமா வீட்டைப் பார்த்துப் போய் தூங்கு தம்பி.”

பேசியபடி தனலெட்சுமியும், கிருபாவும் பின்னால் வர, அவர்களைக் கண்டுகொள்ளாதது போல் சரவணன் முன்னால் சென்று, வண்டியைத் திருப்பி வைத்தான். கிருபா ஏறி, வண்டி கிளம்பியதும் அவள் நிலைக்கதவை அடைத்துவிட்டு உள்ளே சென்றாள். வண்டி கிரிவலப்பாதையில் வில்லாபுரம் நோக்கிச் சென்றது.

“இடம் சேஃபா மாமா, அது பாட்டுக்கு விளையாட்டுத் தனமா பேசிட்டு இருக்கு!”

“அதெல்லாம் ஒண்ணும் பிரச்சனையில்லடா. பலசரக்கு மூட்டைகள் புழங்குற இடம்தான். யாருக்கும் சந்தேகம் வராது.”

“இதுதான் உன் ரகசிய இடமா மாமா?”

“டேய், இவுங்க குழம்பு மசாலாப் பொடி, சாம்பார்ப் பொடி, ரசப்பொடி இப்படி சமையலுக்குத் தேவையான பொடி வகைகளை தயாரிச்சுப் பாக்கெட் போட்டு விக்குறாங்க. வீட்டுல இருந்தே லட்ச ரூபா பிசினஸ். பொடி அரைக்கத் தேவையான சாமான் எல்லாம் எங்க கடைல இருந்துதான் சப்ளை பண்றோம். நாலு வருசமாப் பழக்கம், நம்பிக்கையான இடம். சுத்துவட்டாரத்துல ஒரு சுடுகுஞ்சு அவங்கட்ட கை வைக்க முடியாது.”

“வீட்டுல வேற யாரும் இல்லயா. இன்னேரத்துல தனியா இருக்க மாதிரி இருக்கு?”

“புருஷன்காரன் இந்தத் வியாபாரத்தை ஆரம்பிச்சுட்டு நடத்த முடியாம, கல்யாணம் ஆன இரண்டு வருஷத்துல ஊரவிட்டு ஓடிப்போயிட்டான். அதுக்கப்புறம் இவுங்கதான் எட்டு வருஷத்துல கடனையெல்லாம் அடைச்சு, வியாபாரத்தையும் ஒரு ஸ்டேஜுக்கு கொண்டு வந்துருக்காங்க. மாமியார் கூடத்தான் இருக்கு. பகல்ல பார்க்கணுமே, சுத்துவட்டாரத்துல இருந்து பத்து இருபது பொம்பளையாளுங்க வந்து வேலை பார்த்துட்டு இருப்பாங்க. வீடே ஜேஜேனு இருக்கும்.”

“சரி, அதெல்லாம் இருக்கட்டும். உனக்கு எப்படி இவ்ளோ க்ளோசா பழக்கம்?”

கிருபா பதில் சொல்லாமல், சமீபத்திய மழையில் நிரம்பியிருந்த வில்லாபுரம் கண்மாயில் இருந்து வீசும் சில்லென்ற காற்றை முகத்தில் வாங்கியவனாக வெளியே வேடிக்கை பார்த்தபடி வந்தான். அவன் முகத்தில் மெல்லிய புன்னகை படர்ந்திருந்தது. வியர்வையும், கசகசப்பும் இன்னும் முழுமையாக விலகியிருக்காத நிலையில் வண்டியோட்டிக்கொண்டிருந்த சரவணனுக்கு இன்னும் புழுக்கம் அதிகமாகியது.

காட்சி—10

அடுத்த ஒரு மாத காலத்திற்குள் தங்களிடம் இருக்கும் பழைய ஐநூறு, ஆயிரம் ரூபாய் நோட்டுக்களை வங்கிகளில் கொடுத்து, புதிய இரண்டாயிரம் அல்லது புதிய ஐநூறு ரூபாய் நோட்டுகளாக மாற்றிக்கொள்ளலாம் என்ற அறிவிப்பு வந்ததும், மக்கள் அதிகாலையிலிருந்தே வங்கிகளை முற்றுகையிடத் துவங்கினர். சிம்மக்கல் ஏரியாவில் மொத்தம் இருந்த நான்கு வங்கிகளின் வாசலைக் கடந்து தெருமுனை வரையும் மக்கள் கூட்டம் நின்றுகொண்டிருந்தது. காலை பத்து மணியாகியும் இன்னும் வங்கிகள் திறக்கப்படவில்லை. வி.பி. மண்டிக்கு இரண்டு கட்டடங்கள் தள்ளி மாடியில் இயங்கிக்கொண்டிருந்த தாரா வங்கியின் முன்பும் கூட்டம் அலைமோதியது. அந்த வங்கியில்தான் புது ரூபாய் முதலில் வரப்போகிறது என்று யாரோ போகிற போக்கில் சொல்லிவிட்டுச் சென்றார்கள். அதை நம்பி, நான் முந்தி, நீ முந்தி என்று வங்கி இருந்த முதல் தளத்திலிருந்து கீழே தெருக் கடைசிவரை ஆட்கள் நிரம்பியிருந்தார்கள்.

ஏறுவெயிலின் எரிச்சலும், கூட்ட நெருக்கடியும் தாங்கமுடியாமல், கூளப்பாண்டியில் இருந்துகூட வந்திருந்த நாகரத்னத்தை வரிசையில் நிற்கச் சொல்லிவிட்டு, பக்கவாட்டில் ஒரு கட்டடத்தின் ஓரமாக நிழலாகப் பார்த்து, வாசலில் குத்துக்காலிட்டு அமர்ந்தார் வீரம்மாள். கையிலிருந்த அழுக்கேறிய மஞ்சள் பையில் இருபத்தி நான்காயிரம் சொச்சம் ரூபாயும், அவரது பெயர் மட்டும் கொண்ட குடும்ப ரேசன் கார்டும், அவரது வாக்காளர் அடையாள அட்டையும், புதிதாய் எடுத்திருந்த ஆதார் அட்டையும் இருந்தன. மதுரை சிம்மக்கலில் இருக்கும் வங்கிகளின் மண்டலத் தலைமைக்

கிளைகளில்தான் பழைய பணத்துக்கு புதிய ரூபாய் நோட்டுகள் கொடுக்கிறார்கள் என்று அவர்களின் கிராமம் முழுக்கப் பேச்சாய் இருந்தது. அதனால் போட்டதைப் போட்டபடி விட்டுவிட்டு, வீரம்மாளும், அவரது பக்கத்துவீட்டுக்காரியான நாகரத்தினமும் அதிகாலை முதல் பஸ்ஸைப் பிடித்துப் பெரியார் பேருந்து நிலையத்தில் இறங்கி, அங்கிருந்து சிம்மக்கல் வந்திருந்தார்கள். கடைசியாய் மதுரைக்கு வந்தது இருபது ஆண்டுகளுக்கு முன்பா அல்லது முப்பது ஆண்டுகளுக்கு முன்பா என்று சரியாய் வீரம்மாளுக்கு நினைவில் இல்லை. ஆனால் வந்த விஷயம் மட்டும் இன்னும் நெஞ்சுக்குள் நிழலாடிக்கொண்டிருந்தது.

அப்போது கணேசனுக்கு நான்கு அல்லது ஐந்து வயதிருக்கலாம். தீராத வயிற்றுப் போக்கினால், கிழிந்த நாராய்ப் போயிருந்தான். ஊரில் கைவைத்தியம் எதுவும் உதவாமல், சாகப் பிழைக்கக் கிடந்த குழந்தையைப் பார்த்து யாரோ, “மதுர பெரியாஸ்பத்ரி கொண்டுபோனா பிள்ளையப் பொழைக்க வச்சுருவாக” என்றனர். வேறு எதையும் யோசிக்காமல் கைப்பிள்ளையைத் தூக்கிக் கொண்டு, மதுரை இராஜாஜி அரசு மருத்துவமனையில் சேர்த்து, பதினைந்து நாள் இரவு பகல் பார்க்காமல் அவன் கூடவே இருந்து, குத்துயிராய் வந்ததை, முழு உயிராக்கிக் கொண்டு போனாள். “இப்போ கணேசன் பிள்ளைக்கே பத்து வயசு இருக்குமே. அப்போ எத்தனை வருஷம் ஆகிருக்கும்” என்று நினைத்தவர், “அவனுக்கு ஒரு பொம்பளைப் பிள்ளை பிறந்ததாக் கூட, மூணாம் மனுஷங்க சொல்லித்தான் கேள்வி” என்று யோசித்தபடி அமர்ந்திருந்தார். ஒளியிழந்த கண்களில் இருந்து வந்த கண்ணீர் ஒட்டிய கன்னங்களில் வழிந்தது. உடனே, “கழுத, யாரு எக்கேடு கெட்டுப்போனா எனக்கென்ன!” என்று சேலை முந்தானையை முகத்தில் அழுத்தித் துடைத்துக்கொண்டவர், நிரந்தரமாய்த் தங்கிவிட்ட தொண்டைக் கசப்பை மென்று முழுங்க முயற்சித்தார். நேரம் ஆக ஆக கூட்டம் கூடிக்கொண்டே சென்றதே ஒழிய, வங்கி திறப்பதற்கான அறிகுறியோ, பணம் எப்படி விநியோகிக்கப்படும் என்று தகவல்களோ தெரிந்தபாடில்லை. தான் காத்திருப்பது சரியான இடத்தில்தானா என்பது கூட வீரம்மாளுக்கு விளங்கவில்லை.

“இப்படிப் போட்டு சீரழிவோம்னு தெரிஞ்சிருந்தா, ஒரு வாய்க் கஞ்சி தண்ணியாவது குடிச்சிட்டு வந்துருக்கலாம்” என்று

நினைத்தவராய், கூட்டத்தில் நின்றிருந்த நாகரத்னம் கண்ணுக்குத் தெரிகிறாளா என்று அண்ணாந்து பார்த்தபடியே அமர்ந்திருந்தார்.

முதல்நாள் நடுநிசியில் கிருபாவிடம் கிழங்குச் சிப்பங்களை ஏற்றிவிட்ட பாண்டி, வீட்டிற்குச் செல்லாமல் மண்டியின் கீழ்த்தள குடோனோடு ஒட்டியிருந்த சிறிய அறையிலேயே படுத்துவிட்டான். காலை வந்த வேலையாட்கள் வழக்கமாக தங்கள் வேலைகளைத் தொடர, பாண்டி பத்துமணிவாக்கில்தான் தூங்கி எழுந்தான். உள்ளேயே குளித்துமுடித்து, முதல் அறைக்கு வந்தவன், உள்ளே கணக்கு அறையின் நடைபாதையில் நிறுத்தியிருந்த தனது பைக்கை வெளியே எடுத்து நிறுத்த வந்தான்.

மண்டியின் முகப்பு வாசலில் ஒரு பலகையைப் போட்டு, பைக்கை கீழ் நோக்கி இறக்கி, மண்டியை ஒட்டி இருக்கும் சந்தில் நிறுத்துவதற்காக வண்டியைத் திருப்பினான். வாசலில் யாரோ வயதான பெண்ணொருத்தி அமர்ந்திருப்பதைப் பார்த்து, “ஆத்தா, கொஞ்சம் எந்திரிச்சுக்கோ. வண்டிய வெளியே இறக்கப்போறேன்” என்றான் பாண்டி. சோர்விலும், பசி மயக்கத்திலும் அமர்ந்திருந்த வீரம்மாள் பாண்டியின் குரலைக் கேட்டுப் பதறியடித்து எழுந்தார். சந்தில் பைக்கை நிறுத்தப்போனவன், அங்கே முதல் நாள் கொட்டிய அழுகிய பீன்ஸ் குவியல், மாநகராட்சியினரால் அள்ளப்படாமல் சிதறிக்கிடப்பதைப் பார்த்தான். “குப்ப லாரி வர்றப்போ அள்ளிப்போடாம இந்த கணபதி என்னதான் பண்றாரோ!” என்று நினைத்துக்கொண்டு வண்டியை மறுபடியும் திருப்பினான். மண்டி வாசலில் லோடு ஏற்றத் தோதாக மினி லாரி அல்லது வேன் வந்து நிற்க வேண்டும் என்று நினைத்தவனாய், சரி, வங்கிக் கட்டடத்தை அடுத்த பக்கவாட்டுச் சந்தில் நிறுத்தலாம் என்று பைக்கை உருட்டியபடி சென்றான். அங்கேயும் குப்பை அள்ளப்படாமல் இருக்க, “மாநகராட்சி வண்டி இன்று வரவே இல்லை போல. அதான் தெரு முழுக்க அழுகல் நாத்தம் அடிக்குது” என்று அருகில் ஓரமாக பேங்க் வண்டிகளோடு ஒட்டி நிறுத்தினான்.

அப்போது தாரா வங்கியின் மெயின் ஷட்டர் திறக்கப்படவும், கூட்டம் முண்டியடித்துக்கொண்டு உள்ளே நுழைந்தது. பின்னால் இருந்தவர்களும் உள்ளே போக முயல, அதுவரை இருந்த ஓரளவு வரிசையும் கலைந்து, நுழைவாயில், மாடிப்படிக்கட்டு என்று எல்லா இடங்களிலும் கூட்ட நெரிசல் அதிகரித்தது. அந்த

களேபரத்தில் நாகரத்னத்திடமிருந்து விலகிவிடக் கூடாதே என்ற பதற்றத்தில் கடை வாசலில் நின்றிருந்த வீரம்மாளும் கூட்டத்துள் முன்னேறினார்.

சற்று நேரத்தில் கூட்டத்தின் நடுவே குறுகிய படிக்கட்டில் நெரிசலில் மாட்டிக்கொண்டவருக்கு மூச்சு முட்டியது. வங்கியின் மெயின் ஷட்டரைத் திறந்த சிறிது நேரத்தில் உள்ளே புகுந்த கூட்டத்தை வங்கியின் செக்யூரிட்டியும் அலுவலர்களும் சேர்ந்து வெளியே தள்ள, படிக்கட்டுகளில் முண்டிக்கொண்டிருந்த கூட்டம் பின்னால் நகர்ந்தது. வீரம்மாளால் கால்களைப் பின்னோக்கி சரியாக வைக்கமுடியவில்லை. அப்படியே அந்தரத்தில் பின்னால் சரிந்து நான்கைந்து படிகள் தள்ளிக் கீழே விழுந்தார். அவர் கையிலிருந்த மஞ்சள் பை, மாடிப்படிக்கட்டுகளின் பக்கவாட்டுச் சுவர் வழியாகக் கீழே சந்தில் அழுகிய குப்பைகளுக்கு இடையே விழுந்ததை வேகத்தில் அவரால் கவனிக்க முடியவில்லை.

காட்சி—11

பாண்டி மண்டிக்குள் சென்ற பத்தாவது நிமிடத்தில், டவேரா கார் ஒன்று கூட்டத்தை விலக்கியபடி வந்து, வி.பி. மண்டியின் வாசலில் நின்றது. இரண்டு மூன்று போலீஸ்காரர்களும், மடிப்பு குலையாத பேண்ட் சர்ட் அணிந்து, வங்கி அதிகாரிகள் மாதிரி தோற்றம் கொண்டிருந்த நான்கைந்து பேரும் வண்டியிலிருந்து இறங்கினர். பேங்குக்கு வந்தவர்கள் அங்கே நிறுத்தாமல் ஏன் மண்டி முன் நிறுத்துகிறார்கள் என்று எரிச்சலுற்றார் வாசலில் நின்றுகொண்டிருந்த கணபதி.

டவேரா கார் டிரைவரைப் பார்த்து, “சார், வியாபார நேரம் சார். வண்டிவாசி வரும். கொஞ்சம் பேங்க் முன்னாடி நிறுத்துங்க. இல்ல, பின்னாடி கிளாஸ்காரத் தெருல நிறுத்துங்க” என்று சொல்லிக்கொண்டிருக்கும்போதே, அவரை ஒதுக்கிவிட்டு வண்டியில் இருந்து இறங்கிய அனைவரும் மண்டிக்குள் நுழைந்தனர்.

உள்ளே முதல் அறையில் கணக்கு டேபிளைத் தட்டி எதிரே அமர்ந்திருந்த பாண்டியிடம், “யாருப்பா ஓனர், வரச்சொல்லுப்பா” என்று சத்தம் கொடுத்தனர். வழக்கமான நேரமாக இருந்து, யாராவது அரசுத் துறையில் இருந்து வந்தால், ஓனர் வெளியே போயிருக்கார், சார். வந்ததும் உங்க ஆஃபிஸ்ல வந்து பார்க்கச் சொல்றேன்” என்று பேச்சை முடித்திருப்பான். ஆனால் இன்று அவர்கள் வந்த தோரணையும் நடந்துகொண்டிருக்கும் விதம் பாண்டிக்கு விபரீதமாய்த் தெரிந்தது. அவர்கள், யாரும் இல்லையென்றாலும் மடமடவென உள்ளே செல்வது போல

நின்றுகொண்டிருந்தனர். பாண்டி, சட்டெனச் சுதாரித்துக்கொண்டு, “சொல்லுங்க சார், நான்தான் மண்டியை லீசுக்கு எடுத்து நடத்துறேன். என்ன வேணும்?” என்றான். முதல் ஆளாய் நின்றுகொண்டிருந்தவர் கையில் வைத்திருந்த ஒரு ஃபைலில் இருந்து ஒரு பேப்பரை எடுத்து பாண்டியிடம் நீட்டினார். அதில் ஆங்கிலத்தில் எழுதியிருந்தது அவனுக்குப் புரியவில்லை. “என்ன விஷயம்னு சொல்லுங்க?” என்று அவரிடம் திருப்பிக் கேட்டான். அவர் பதில் எதுவும் சொல்லவில்லை. பின்னால் நின்றிருந்த போலீஸ்காரர், “வருமானவரித் துறைல இருந்து வந்திருக்காங்கப்பா. இங்க கள்ள நோட்டுப் பதுக்கி வச்சிருக்கதா தகவல் வந்திருக்கு. அதான் டெல்லில இருந்து அதிகாரிங்க வந்திருக்காங்க என்றார்.

வந்திருந்த குழுவின் தலைவர் போல இருந்தவர், இந்தியில் ஏதோ உரக்கப் பேசினார். பாண்டி “என்ன சொல்றார்?” என்பதைப் போல அந்த போலீஸ்காரரைப் பார்த்தான். அவருக்கும் அது புரியவில்லை என்பது அவரது உடல்மொழியில் தெரிந்தது. நிலைமையைப் புரிந்தவராய், நடுவில் இருந்த இன்னொரு இளைய அதிகாரி, "பூண்டு மூட்டையெல்லாம் எங்கப்பா இருக்கு. நாங்க ஃபுல்லா செக் பண்ணணும்," என்றார்.

“சார், பூண்டு வரத்து இரண்டு வாரமா நாங்க எடுக்கவே இல்லை.”

“இங்க பாருங்க, எங்களுக்கு ஒத்துழைப்பு கொடுத்தீங்கன்னா குடோன், மண்டி இதாவது மிச்சமாகும். இல்லாட்டி மொத்தமா புக் பண்ணீட்டு போய்ட்டே இருப்போம். பிறகு கேஸ்ல இருந்து வெளியே வந்து மறுபடியும் வியாபாரத்துக்கு வர இந்த ஜென்மம் முழுதும் அலைஞ்சாலும் பத்தாது.’

"சார், நீங்க என்ன சொல்றீங்கன்னே புரியல. நீங்க என்ன செக் பண்ணணும்னாலும் பண்ணிக்கோங்க. கணக்கு வழக்கு எல்லாம் சரியாத்தான் இருக்கு. வேணும்னா அதையும் காமிக்கிறேன்.”

பாண்டியின் குரல் சத்தம் குறைவதை உணர்ந்த தலைமை அதிகாரி, இன்னும் அதிகமாகச் சீறினார், “ஏ க்யா சில்லா ரஹாஹே ஏ பத்மாஸ். அப் கோஜோகே யா நஹி?”

அவருக்குத் தன்னுடன் வந்தவர்களிடமே எரிச்சல் இருப்பதாகப் புரிந்துகொண்டான் பாண்டி. இளைய அதிகாரி, "மண்டி முழுக்க சோதனை பண்ணணும், சரியா?" என்று பாண்டியைப்

பார்த்துக் கூறிவிட்டு அவன் பதிலுக்குக் காத்திருக்காமல், உடன் வந்தவர்களிடம் ஆளுக்கொரு இடத்தைக் காட்டித் தேடச் சொன்னார். முன் மதிய நேரமாதலால் மண்டியில் வேலையாட்கள் குறைவாகவே இருந்தனர். அவர்கள் அனைவரையும் வரச் சொல்லி ஓரிடத்தில் சேர்ந்து நிற்கச் சொன்னார். உள்ளிருந்து வெளியேயோ, வெளியே இருந்து உள்ளேயோ செல்லக்கூடாது என்று உத்தரவிட்டார். இரண்டு போலீஸ்காரர்களையும் அழைத்து, தாங்கள் வரும்வரை குடோனை வெளிப்பக்கமாகச் சாத்தி, காவலுக்கு நிற்கச் சொன்னார். அந்தப் போலீஸ்காரர்கள் மண்டியின் முன்னிருந்த கூட்டத்தை விலக்கிவிட்டு, மண்டிக்கு முன் யாரும் வராமல் விரட்டியடித்தனர். உள்ளே சென்ற முயன்ற கணபதியையும் அவர்கள் வெளியேயே நிறுத்திவிட்டனர்.

பின்பு, தரைத் தளத்தில் சம்பிரதாயச் சோதனையை முடித்துவிட்டு, கீழே குடோனுக்குச் சென்றனர். அங்கே ஒரு மூலையில் சில வெங்காய மூடைகளும் இன்னொரு மூலையில் கொஞ்சம் உருளைக்கிழங்கு மூடைகளும் அடுக்கி வைக்கப்பட்டிருந்தன. அது போக, தரை முழுக்க ஆங்காங்கே ப்ளம்ஸ் பழங்களும், காய்கறிகளும் குவித்து வைக்கப்பட்டிருந்தன. பாண்டி அவர்கள் பின்னாலே வந்தான். தலைமை அதிகாரி வந்ததில் இருந்து, வெள்ளைப்பூண்டு மூட்டை எங்கே என்று கேட்டபடியே இருந்தார்.

முதலில் பரண், சாக்குமூட்டை, குவியல் எல்லாவற்றிலும் தேடியவர்கள், பிறகு பாண்டியை அழைத்து வெங்காயம் மற்றும் கிழங்கு மூட்டைகளை அவிழ்த்துக் கொட்டச் சொன்னார்கள். முதலில் கொஞ்சம் தயங்கியபடி நின்றவன், பின் குடோன் வாசலில் அமர்ந்திருந்த வேலையாட்களை அழைத்தான். அவர்கள் வந்து அங்கிருந்த ஐம்பதுக்கும் மேற்பட்ட பெரிய மூட்டைகளை ஒன்று விடாமல் கொட்டிக் கவிழ்த்தனர்.

இரண்டு மணி நேர முடிவில், தேடி வந்தது கிடைக்காமல் போன அதிருப்தி அவர்கள் அனைவரது முகத்திலும் தெரிந்தது. "சார், பூண்டு வாசம் சுத்தமா இல்ல சார். இங்க வச்சிருந்து வேற இடத்துக்கு மாத்தியிருந்தாலும் வாசம் சீக்கிரம் போகாது சார்" என்று உடனிருந்த போலீஸ்காரர் சொன்னதை அந்த அதிகாரிகள் காதில் வாங்கியதாகவே தெரியவில்லை. இளைய அதிகாரி, அடுத்து என்ன என்பதைப் போல தலைமை அதிகாரியைப் பார்த்தார். அவர்

தனது வெள்ளை நிறத்தோலில் சிவந்துபோயிருந்த நெற்றியிலும், வழுக்கைத் தலையிலும் வடிந்துகொண்டிருந்த வியர்வையை கர்சீஃப்பால் துடைத்தபடி இருந்தார். அவர் குடோனில் இருந்து மேலே வந்து, முதல் அறையில் நின்றபடி தன் கையிலிருந்த ஃபைலிலிருந்து சில காகிதங்களை எடுத்து இளைய அதிகாரியிடம் நீட்டினார். அவர் பாண்டியிடம், “சரிங்க. சோதனைல எதுவும் சந்தேகப்படும்படி இல்லை. இந்தப் பேப்பர்கள்ல கையெழுத்துப் போட்டுக் கொடுங்க. நாங்க கிளம்புறோம்” என்றார்.

அதுவரை சன்னமாக ஒலித்த பாண்டியின் குரலில் இப்போது சத்தம் சற்று அதிகமானது.

"இதுல என்ன சார் எழுதியிருக்கு?"

"அதான் சொன்னேன்ல, சோதனைல ஒண்ணும் சந்தேகப்படும்படி இல்லைன்னுதான் எழுதியிருக்கு."

"சார், என்ன ஏதுன்னு புரியாமக் கையெழுத்துப் போட முடியாது. நீங்க இதையெல்லாம் கொடுத்துட்டுப் போங்க. எங்க மாமா வக்கீல் ஒருத்தர் இருக்கார். அவர்ட்ட கேட்டுட்டுத்தான் எதுனாலும் கையெழுத்துப் போட முடியும்."

பாண்டி சொன்னதை தலைமை அதிகாரிக்குப் புரியும்படி இளைய அதிகாரி ஆங்கிலத்தில் கூறினார்.

தலைமை அதிகாரி அவரை முறைத்தபடி இந்தியில் ஏதோ முணுமுணுத்தபடி அந்தக் காகிதங்களைப் பிடுங்கி ஃபைலுக்குள் திணித்தபடி வெளியேறினார். அவரோடு வந்த அனைவரும் வேகமாக வெளியே வந்து டவேராவில் ஏறினர். சிம்மக்கல்லின் பாதி ஜனத்தொகை ரோட்டுக்கு அந்தப் பக்கமிருந்து வி.பி. மண்டியையே வேடிக்கை பார்த்தபடி இருந்தது.

காட்சி—12

தாரா வங்கியின் மண்டல அலுவலகக் கிளை திறந்ததும், மக்கள் கூட்டம் முண்டியடித்துக் கொண்டு உள்ளே சென்றது. உள்ளே வந்த அலுவலர்களுக்குமே எந்தத் தகவலும் தெரியவில்லை. பழைய செல்லாத ரூபாய் நோட்டுகளை எப்படிப் பெற்றுக்கொள்வது. அவற்றிற்குப் பதிலாகக் கொடுக்க வேண்டிய புதிய நோட்டுகள் எப்போது வரும், அவற்றை எவ்வாறு விநியோகிக்க வேண்டும் என்று எந்த வழிகாட்டுதல்களும் இதுவரை தலைமை அலுவலகத்திலிருந்து வரவில்லை. ஆனால் வங்கிக் கிளையைத் திறந்து வைத்திருக்க வேண்டும் என்ற உத்தரவு மட்டும் வந்திருந்தது. கிளையின் மேலாளர் விடுப்பில் சென்றுவிட்டார். புதிதாய்ச் சேர்ந்திருந்த அலுவலர்களுக்கு கூட்டத்தை சமாதானப்படுத்தி திருப்பி அனுப்பும் பொறுப்பு தரப்பட்டிருந்தது. அவர்களால் கூடியிருந்த மக்களுக்கு எந்த விளக்கமும் சொல்ல முடியவில்லை. நிலைமையை சமாளிப்பதற்காக, புதிய ரூபாய் நோட்டுகள் நாளை வந்துவிடும், நாளை மறுநாள் என்று தங்களுக்குத் தெரிந்ததைக் கூறிக்கொண்டிருந்தனர். சோர்ந்து போன கூட்டத்தின் பெரும்பகுதியினர் மறுநாள் காலை வரலாம் என்று தங்களுக்குள் பேசியபடி கலைந்தனர்.

வங்கிக் கிளை திறந்ததும், கூட்டத்தோடு முண்டியடித்துக் கொண்டு உள்ளே செல்ல முற்படும்போது நாகரத்னம், பின்னால் படிக்கட்டுப் பக்கம் வீரம்மாள் கூட்டத்துக்கு இடையே ஏறி வருவதைப் பார்த்தாள். சரி ஆத்தா பின்னால்தான் வருகிறார் என்ற நம்பிக்கையில் கூட்டத்தோடு முன்னேறினார். இப்போது கூட்டம் கலைந்து செல்லத் துவங்கிய பிறகும் வீரம்மாள் அவள்

கண்களில் தென்படவில்லை. சரி, வெளியேயே நிற்கிறார் போல என்று நினைத்தவள் படிக்கட்டில் இறங்கி ரோட்டுக்கு வந்தாள்.

படிக்கட்டில் கிழே விழுந்த வீரம்மாள், பை விழுந்துவிட்டது என்று கத்தினார். வங்கியிலிருந்து கூட்டம் பின்னோக்கிச் சரியவும், கூச்சலும் குழப்பமும் எழ, யாரும் அவர் கத்தியதைக் காதுகுடுத்துக் கேட்கவில்லை. கூட்டத்தை முண்டியடித்து அவரால் முன்னேறிச் செல்லவும் முடியவில்லை. கைப்பிடிச் சுவரை இறுகப் பிடித்தபடி, பார்வையால் கூட்டத்தினரின் கால்களுக்கு அடியில் துலாவியபடி இருந்தார். பாதிக் கூட்டம் கலைந்ததும், வீரம்மாள் விழுந்த இடத்தில் பார்த்தபோது அங்கே அவரது பையைக் காணவில்லை. முடிச்சிட்டு வைத்திருந்த பை அவிழ்ந்திருக்கவும் வாய்ப்பில்லை. யாராவது காலால் இடறிவிட்டு, பை சாலையில் விழுந்திருக்குமோ என்று அவருக்குச் சந்தேகம் வந்தது. கூட்டத்தினரிடையே பார்வையைத் தாழ்த்தி, வந்த வழியே சுற்றிச் சுற்றி பார்த்தபடி ரோட்டுக்கு வந்தார். அங்கேயும் பை தட்டுப்படவில்லை. கொள்ளிக்காசுக்காகச் சேர்த்துவைத்த பணம் கைநழுவிப் போய்விட்டது என்பது அவருக்கு உறைக்க சற்று நேரமாகியது. அவருக்குத் தன் தலைமேல் இடி விழுந்துவிட்டதைப் போல இருந்தது.

தனக்கு நினைவில் தோன்றிய ஒவ்வொரு இடமாய் பையைத் தேடியபடியே அலைந்தார். கடைசியில் தான் உட்கார்ந்திருந்த இடத்தில்தான் கூட்டம் குறைவாக இருந்தது. ஒரு வேளை அங்கே பை கிடக்குமோ என்று நினைத்தவராய் வி.பி. மண்டியின் முன் வந்தார். அங்கே அந்தக் கடையை மறைத்தபடி, பெரிய ப்ளஷர் கார் ஒன்று நின்றிருந்தது. அதற்கு முன்னும் பின்னும் இரண்டு போலீஸ்காரர்கள் நின்றுகொண்டு அந்தப் பக்கம் நின்றிருந்தவர்களை விரட்டிவிட்டுக் கொண்டிருந்தனர். வீரம்மாள் அருகில் செல்ல எத்தனிக்கும்போது, “ஏய் கிழவி, தூரப்போ” என்று ஒரு போலீஸ்காரர் லத்தியை உயர்த்தினார். வீரம்மாளுக்கு ஈரக்குலை நடுங்கிவிட்டது. “பொம்பளைய அடிக்கக் கை ஓங்குறவன் என்ன மனுஷன்” என்று நினைத்தவராய் சற்று விலகிச் சென்று, அங்கிருந்தபடி அந்தக் கடை வாசலையே பார்த்தபடி இருந்தார். எல்லாம் மங்கலாகத் தெரிந்ததே அன்றி, அவருக்கு ஒன்றும் மட்டுப்படவில்லை.

வங்கியிலிருந்து இறங்கிவந்த நாகரத்னம் அந்தப் பகுதி முழுக்க வீரம்மாளைத் தேடினாள். அவளுக்கும் தான் சேர்த்து வைத்திருந்த சிறுவாட்டுக் காசு மொத்தமும் செல்லாததாகிவிட்டதே என்ற பதற்றமும், வங்கியில் சரியான பதில் இல்லை என்ற விரக்தியும், காலையிலிருந்து உணவருந்தாததால் சோர்வும், களைப்பும் அப்பியிருந்தது. பின்பு சிறிது நேரம் கழித்து, ஒருவேளை ஊர்க்காரர்கள் யாரையாவது பார்த்து, வீரம்மாள் ஆத்தா கூளப்பாண்டிக்கு பஸ் ஏறியிருக்குமோ என்று தோன்றியது. அப்படித்தான் இருக்க வேண்டும் என்று தனக்குத் தானே சமாதானம் செய்துகொண்டவளாய் சுற்றும் முற்றும் பார்த்தபடியே பெரியார் பேருந்து நிலையத்தை நோக்கி மெதுவாக நடந்தாள்.

வீரம்மாள் வங்கிக்கும், சாலைக்கும் நான்கைந்து முறை நடந்தது போல்தான் மற்றவர்கள் பார்வைக்குத் தெரிந்திருக்கும். ஆனால் அவர் ஒரு எறும்பைப் போல தரையோடு தரையாக கண்களால் அந்தப் பகுதியை அலசியபடி ஊர்ந்துகொண்டிருந்தார். ஊருக்குத் திரும்பிப் போக, பதினான்கு ரூபாய் சில்லறை இருந்தால் போதும் என்று அவருக்குத் தெரியும். ஆனால் தனது கொள்ளிக் காசாகச் சேர்த்து வைத்திருந்த மொத்தப் பணமும் போய்விட்டதே என்ற ஆற்றாமை அவரை மறுபடி மறுபடி ஊர்ந்து பார்த்து, பையைக் கண்டுபிடித்துவிடத் தூண்டியபடி இருந்தது. எப்படியும் அந்தக் கடைக்கு முன்பிருந்த பிளஷர் கார் நகர்ந்துவிட்டால், அங்கே தேடலாம். அங்கேதான் தனது பை கிடக்க வேண்டும் என்று நம்பியவராய் அந்த வண்டியைச் சுற்றியே வந்துகொண்டிருந்தார். ஆனால் அருகில் சென்று போலீஸ்காரர்களிடம் கேட்கவும் தயக்கமாக இருக்க, சற்று தொலைவிலிருந்தே தேடிக்கொண்டிருந்தார்.

சூரியன் உச்சிக்குப் போன பிறகு, அந்தக் கடையிலிருந்து வெள்ளையும் சொள்ளையுமாக ஆட்கள் வேகமாக வந்து வாசலை மறைத்துக் கொண்டு நின்றிருந்த ப்ளஷர் காரில் ஏறினர். வணடி சென்றதும் வீரம்மாள் அங்கே சென்று சுற்றும் முற்றும் தேடிப்பார்த்தும் பை சிக்கவில்லை. சற்று நேரத்தில் கடையிலிருந்து போன் பேசியபடியே வந்தவனைப் பார்த்ததும், காலையில் தன்னிடம் அனுசரணையாகப் பேசியவன் அவன்தான் என்று அவருக்கு நினைவு வந்தது. சரி அவனிடம் கேட்டு, கொஞ்சம் தேடித் தரச் சொல்லலாம் என்று வீரம்மாள் நினைத்தாள்.

அவன் பேங்க்கில் போய் விசாரித்துக் கேட்டால், தன் பை மீண்டும் கிடைத்துவிடும் என்று சிறிய நம்பிக்கை அவர் மனதில் துளிர்த்தது. அவன் போன் பேசும்போது கேட்டு அவனை எதுவும் எரிச்சல்படுத்தி விடக்கூடாதென்ற ஜாக்கிரதை உணர்வில் அவன் பேசி முடிப்பதற்காகக் காத்திருந்தார்.

காட்சி–13

வருமான வரித்துறை அதிகாரிகள் சென்றதும்தான் பாண்டிக்கு மூச்சு வந்தது. மண்டியில் பணம் எதுவும் இல்லையென்றாலும் தன்னிடம் துருவித் துருவி விசாரிப்பார்களோ அல்லது காவல் நிலையத்துக்கு எதுவும் அழைத்துச் செல்வார்களோ என்று உள்ளூர பயம் இருக்கத்தான் செய்தது. அதனை அவன் வெளியில் காட்டிக்கொள்ளவில்லை என்றாலும் பதற்றம் உடம்பெங்கும் பூரானைப் போல ஊர்ந்துகொண்டிருந்தது. அவர்கள் சென்றதும் மெதுவாக சகஜநிலைமைக்கு வந்தவன், கொடைக்கானல் முதலாளிக்கு போனில் அழைத்து, இத்தகவலைச் சொல்லலாமா என்று யோசித்தான். பின் இப்போது சொல்வது சரியில்லை, ரூபாயை மாற்றிய பிறகு நிதானமாகச் சொல்லிக்கொள்ளலாம் என்று அந்த யோசனையைக் கைவிட்டான். அடுத்த நிமிடம் அவனது மொபைல் அதிர்ந்தது.

கொடைக்கானல் முதலாளியிடமிருந்துதான் அழைப்பு வந்திருந்தது. டிஸ்ப்ளே ஸ்க்ரீனில் அவர் பெயரைப் பார்த்தவனுக்கு, அப்போதுதான் இன்று அவர் தகவல் சொல்ல போன் பண்ணச் சொன்னார் என்ற விஷயமே அவனுக்கு ஞாபகத்துக்கு வந்தது. இன்னும் அவர் என்ன தகவல் சொல்லப் போகிறாரோ என்ற குழப்பத்தோடே அழைப்பை ஏற்றுப் பேசினான். “வணக்கம்ண்ணே, சொல்லுங்க!” என்று ஆரம்பித்தான். எதிர்முனையில் இருந்தவர் நேராக விஷயத்துக்கு வந்தார். “தம்பி, இங்க கிழங்கு எடுக்குறதுல கொஞ்சம் சிக்கல் இருக்கு. அதனால் இன்னும் கிழங்கு மண்ணுக்குள்ளதான் கிடக்கு. அதனால அனுப்புன ஈர லோடு நிழல் காய்ச்சலாவே இருக்கட்டும், அடுத்து என்ன விஷயம்னு

ரெண்டு நாள் விட்டு போன் பண்றேன் சரியா!" என்று கூறிவிட்டு அழைப்பைத் துண்டித்தார்.

அவர் கூறியதைக் கேட்டதும் பாண்டிக்கு ஒரே படபடப்பு இன்னும் அதிகமாகியது. கிருபாவிடம் நேரில் சென்று இன்று நடந்த விஷயங்களைக் கூற வேண்டும் என்று நினைத்தான். வழக்கமாகக் காலையில் இருந்து இந்நேரத்துக்கு மூன்று நான்கு டீ குடித்திருப்பான். இன்று நடந்த களேபரத்தில் அதனையெல்லாம் யோசிக்கக்கூட முடியவில்லை. இப்போது மதிய வேளை ஆகிவிட்டது. கிருபாவைப் பார்த்துவிட்டுப் பிறகு, அவனோடு ஏதாவது ஒரு மெஸ்ஸில் சாப்பிட்டு வரலாம் என்றவனுக்கு சரவணனின் நினைப்பு வந்தது. தினமும் மதியம் பனிரெண்டு மணிவாக்கில் வந்துவிடுபவன் இன்னும் ஏன் வரவில்லை என்று யோசித்தான். அவன் இருந்தால் தன் மனநிலை சமன் அடையும் என்று யோசித்துக் கொண்டிருக்கும் போதே, எதிரே இருந்த டீக்கடையில் இருந்து சரவணனும், கணபதியும் ரோட்டைக் கடந்து பரபரவென்று மண்டிக்கு வந்தார்கள்

சரவணன் வேகமாக, "என்ன மாப்ள, போலீஸ் ரைடா... என்னாச்சு?" என்றான்.

"ரைடும் இல்ல ஒரு மயிரும் இல்ல. வேற எங்கயோ போறதுக்கு பதிலா, இங்க தவறா வந்துருக்காங்க. நான் விவரம் சொன்னதும் சரின்னு கிளம்பிட்டாங்க."

"நான் அரை மணி நேரமா வெளியவே நின்னுட்டு இருக்கேன். என்னையவே உள்ளே விடமாட்டோம்னு சதாய்ச்சிட்டாய்ங்க. ஏதாவது சவுண்டக் கொடுக்கணும்னுதான் நினைச்சேன். அப்புறம் கணபதிதான் அமைதியா இருன்னு சைகை காட்டினார். அதான் அமைதியாயிட்டேன். அதிருக்கட்டும், என்னாச்சுன்னு சொல்லு மாப்ள?"

"சொல்றேன் வா! முதல்ல கிருபாவைப் பார்த்துட்டு வருவோம்"

பாண்டி சரவணனிடம் பேசிக்கொண்டிருக்கும்போதே, அருகில் யாரோ தன்னை உற்றுப் பார்த்துக்கொண்டிருந்ததைப்போலத் தோன்றியது. பக்கவாட்டில் திரும்பவும் ஒரு மூதாட்டி அவர்களின் அருகில் நின்றுகொண்டிருந்தார். இவன் அவரைப் பார்க்கவும், "தம்பி, காலைல இங்கன உகார்ந்திருந்தேன்ல ஞாபகமிருக்கா.

பேங்குக்குக் கொண்டு வந்த ஒரு பையைக் காங்கலை. நீ கொஞ்சம் தேடிக் கொடுப்பா?" என்றார்.

"ஆத்தா, இங்க உள்ள தொயரமே, பெரிய தொயரமா இருக்கு. நீ பேங்கு பக்கத்துல யாருட்டயாவது கேளு. நான் காலைல உள்ளே போனவன் இப்போதான் வெளியே வர்றேன்" என்று கூறிவிட்டு, தன் பேண்ட் பாக்கெட்டில் இருந்த வண்டிச் சாவியை அருகில் நின்ற சரவணனிடம் தூக்கிப் போட்டு, "வண்டி பேங்கு வண்டிகளோட நிக்குது எடுத்துட்டு வா, கிருபாவைப் பார்த்துட்டு வரலாம்" என்றான். பின் உள்ளே முதல் அறைக்குச் சென்று கணக்கு டேபிளைப் பூட்டிச் சாவியை எடுத்து கணபதியிடம் கொடுத்து, "பார்த்துக்கோங்க. நான் வெளியே போயிட்டு வர்றேன்" என்றான். சரவணன் வங்கிக்குப் பக்கவாட்டுச் சந்தில் நின்றுகொண்டிருந்த யமஹா பைக்கை எடுத்துக்கொண்டு வந்தான். அங்கே பேங்குக்கு அந்தப் பக்கம் இருக்கும் வேறு மண்டிகளில் இருந்து கொட்டிய காய்கறிக்கழிவுகள், அழுகிய பழக்கூடைகள், கிழிந்த அட்டைப்பெட்டிகள், சகதியான சாக்குப் பைகள் ஆகியவற்றுக்கு அடியில் குப்பைகளோடு குப்பையாகக் கிடந்தது அழுக்கேறிய மஞ்சள் பை,

காட்சி—14

சரவணன், பாண்டி இருவரும் சென்றதும் வீரம்மாள் கடை மீண்டும் வங்கிக்குப் பையைத் தேடிச் சென்றார். சாலையில் கூட்டம் ஆங்காங்கே திரள்திரளாய் நிற்க முதல் தள வங்கி வாசலில் நின்றிருந்த செக்யூரிட்டி மக்கள் அனைவரையும் வெளியே அனுப்பி இருந்தார். படிக்கட்டுகளில் மெதுவாக ஏறிய வீரம்மா, வங்கிக்குள் செல்ல முற்படும்போது செக்யூரிட்டி, “பாட்டி என்ன வேணும்?” என்றார். என்ன சொல்வதென்று தெரியாமல் வீரம்மாள் உள்ளே எட்டிப் பார்த்தபடி நின்றிருக்க, செக்யூரிட்டி சத்தமாகக் கேட்டார்.

“பாட்டி இந்த பேங்குல அக்கவுண்ட் இருக்கா?”

“இல்ல சாமி, என் பணம் எங்கயும் கெடக்குதான்னு பார்க்கணும்”

“பணமெல்லாம் பத்திரமாத்தான் இருக்கும். மூணு நாளைக்கு பேங்க்ல இருந்து எந்தப் பணமும் எடுக்க முடியாது. நீ மூணு நாளு கழிச்சு வா, சரியா?” என்றவாறு வங்கியின் முகப்புக் கதவு ஷட்டரை இழுத்துவிட்டார். அவருக்கு எப்படி சொல்லிப் புரியவைப்பது என்று வீரம்மாளுக்குத் தெரியவில்லை. “அதில்லய்யா, பைல சேர்த்து வச்ச ரூபாயைக் கொண்டு வந்தேன். கூட்ட நெரிசல்ல படில விட்டுட்டேன். கொஞ்சம் பார்த்துச் சொல்லுங்கய்யா”

செக்யூரிட்டிக்கு எரிச்சல் அதிகமானது. “போ கிழவி, அவனவன் பேங்குல அக்கவுண்ட்டுல போட்ட ரூபாயே காணாமப் போகுதுன்னு கதறிட்டு இருக்கான். இதுல பைல போட்ட பணம் அப்படியேவா கிடக்கப் போகுது. அதெல்லாம் ஒண்ணும் இல்ல, கிளம்பிப் போ!”

அவர் விரட்டிய விரட்டில் வீரம்மாள் வங்கியிலிருந்து கீழே இறங்கி வந்தார். சற்று நேரம் மேலே மூடிய ஷட்டரைப் பார்த்தபடி நின்றார். பின் அருகில் இன்னொரு கடை முன், நிழலாய் இருந்த இடத்தில் சுவரோரமாய் அமர்ந்தார். பசி மயக்கம் கண்ணை இருட்டிக்கொண்டு வந்தது. மதுரையில் பெரியார் பஸ் ஸ்டாண்டில் இருக்கும் ஏதோ டீக்கடையில்தான் கணேசன் வேலை பார்ப்பதாக ஊரில் சொல்லியிருக்கிறார்கள். ஒரு நொடி, அவனைத் தேடிப் போகலாமா என்று யோசித்தவர், “ச்சீ, அது என்ன செத்த பொழப்பு” என்று வறண்ட நாவில் எச்சிலைக் கூட்டு காறித் துப்பிவிட்டு சுவரோடு தலையைச் சாய்த்தார். முன்பு கணேசன் கல்யாணம் முடித்து வந்த ஒரு வருடத்தில், கூளப்பாண்டியில் தன் வீட்டினுள் பசி மயக்கத்தோடு, சுவரோடு சாய்ந்து அமர்ந்திருந்தது அவர் நினைவில் ஆடியது.

வீரம்மாள், கணேசன் ஆறுமாசக் குழந்தையாய் இருக்கும்போது கணவனை இழந்தவர், அதிலிருந்து ஒற்றை மனுஷியாய் ஓய்வு ஒழிச்சலின்றி, அவனை வளர்த்து ஆளாக்கி ஒருநிலைக்குக் கொண்டு வந்தார். கணேசனுக்கு பக்கத்து ஊரில் பெண்ணெடுத்துத் திருமணமும் செய்து வைத்தார். அதுவரை கஷ்ட நஷ்டமானாலும் வாழ்க்கைப்பாடு சரியாகத்தான் சென்றுகொண்டிருந்தது. வந்த மகராசி மாமியாருக்கு சோறு போடுவதையே பிச்சைக்காரிக்குப் போடுவதாகக் குத்திக் காட்டிப் பேசத் துவங்கினாள். கணேசனுக்கு அது தெரிந்தாலும் மனைவியைக் கண்டிக்கவில்லை. ஒரு நாள் வீரம்மாள், “இந்த மானங்கெட்ட சோத்தைத் தின்னுதான் உயிர் வாழணுமா!” என்று முடிவெடுத்தவராய், வீட்டினுள் உட்கார்ந்த நிலையிலேயே மூன்று நாட்கள் அன்னம் தண்ணீர் எடுக்காமல் வீம்பாய் இருந்தார்.

முதல் இரண்டு நாட்கள் கிழவி திமிறெடுத்துப் போய் கிடக்கிறது என்று கண்டுகொள்ளாமல் இருந்த மருமகளுக்கு மூன்றாம் நாள் எரிச்சல் அதிகமாகி, தன் வீட்டார்களை அழைத்து வந்து திட்டித் தீர்த்தாள். விஷயத்தைக் கேள்விப்பட்டு சொந்தக்காரர்கள், ஊர்க்காரர்கள் யார் வந்து சமாதானம் செய்தும் வீராம்மாள் ஒரு வார்த்தை பேசவில்லை. “ஊர்க்காரங்க முன்னாடி மானத்தை வாங்குறா முண்டச்சி” என்று பேசாத பேச்செல்லாம் பேசிவிட்டு, கைக்குழந்தையோடு அம்மா வீட்டுச் சென்றுவிட்டாள் மருமகள். கணேசனும் அவன் பங்குக்கு அம்மாவை ஏசினான். வீரம்மாள்

எதற்கும் மசியாமல் உட்கார்ந்த இடத்திலேயே அமர்ந்திருந்தார். கோபம் தலைக்கேறிய கணேசன், வீரம்மாவை உதைத்துத் தள்ள காலை ஓங்கினான். அந்த மயக்க நிலையிலும் அவன் காலைப் பிடித்துத் தள்ளிவிட்ட வீரம்மா, “பொம்பளைய, அதுவும் பெத்தவளை அடிக்க வர்ற. நீ எல்லாம் ஒரு ஆம்பளையா? “ என்று ஒற்றை வார்த்தைதான் கேட்டார். அதற்கு கணேசன், “இப்படி கெடக்கும்போதே, உனக்குத் திமிர் குறையுதா பாரு. இப்படியே செத்து புழுப்புடிச்சுப் போய் கெட. நீ செத்தாலும் நான் வரமாட்டேன்,” என்று வெற்றுக் குடிசையை மட்டும் விட்டுவிட்டு வீட்டில் இருந்த அத்தனை சாமான்களையும் அள்ளிக்கொண்டு மனைவி ஊருக்குச் சென்றுவிட்டான்.

“நான் எதுக்குடா புழுப்புடிச்சி சாகுறேன். நான் வனப்பேச்சியைக் கும்பிடுறவடா. காட்டோட, மலையோடத் திரிஞ்சாலும், நான் செத்தே போனாலும் என்னைப் பூச்சி பட்டை அண்டாதுடா. இன்னும் கைகால்ல தெம்பு இருக்கத்தான் செய்யுது. என் கொள்ளிக் காசை நானே சம்பாரிச்சுக்குவேன். நான் செத்தாலும் இந்த தரங்கட்டவன் வந்து எனக்குக் கொள்ளி போடக்கூடாது,” என்று வீரம்மாள் அன்று முடிவெடுத்தார். பத்து வருடம் ஆகிவிட்டது. நாத்து நட, களையெடுக்க என்று கூலி வேலைக்குப் போய், பஞ்சாரம் முடைந்து கொடுக்க, தென்னம் மட்டைகளிலிருந்து விளக்குமாறு செய்து விற்க என்று தன்னைத் திடப்படுத்திக் கொண்டார். தன் தலைமாட்டில் எப்போதும் இருக்கும் அந்த மஞ்சப்பைதான் தன் கொள்ளிக் காசு என்று ஊரில் ஒருவர் விடாமல் அனைவரிடமும் சொல்லி வைத்திருந்தார். இப்படி இத்தனை வருடம் பாடுபட்டு சுயமரியாதையோடு சேர்த்துவைத்த பணம், ஒரு நிமிஷத்தில் பொக்குன்னு போச்சே என்ற ஆற்றாமை அவரை அரித்துத் தின்றுகொண்டிருந்தது. பொழுதுசாயும்வரை அதே இடத்திலேயே அமர்ந்திருந்தார்.

மறுநாள் அதிகாலை, சிம்மக்கல்லில் இருக்கும் மண்டிகளின் திடக்கழிவுகளை அப்புறப்படுத்திச் செல்லும் மாநகராட்சி குப்பை லாரி வந்தது. ஒவ்வொரு மண்டியிலிருந்தும் அழுகிப் போன காய்கறிகள், விலைபோகாத கிழங்குக் கழிசல்கள், கிழிந்த சாக்குப்பைகள், அட்டைப்பெட்டிகள் என மக்கும் குப்பைகளைச் சேர்த்தபடியே நகர்ந்தது. வி.பி. மண்டியின் பக்கவாட்டுச் சந்தில் கிடந்த குப்பைகளை அள்ளிய ஊழியர்கள் அடுத்து வங்கிக்கு

அருகில் இருந்த அழுகல் குப்பைகளையும் அள்ளி லாரியில் போட்டனர்.

அந்தப் பகுதி முழுவதும் சேகரித்த மக்கும் குப்பைகளைப் பெரிய கொள்கலனில் போட்டுக்கொண்டு குப்பை லாரி வில்லாபுரத்தில் இருக்கும் திடக்கழிவு மேலாண்மைக் கிடங்குக்குச் சென்றது. ஏற்கனவே மிகப்பெரிய மலை போல் குவிந்திருந்த கிடங்கில், சிம்மக்கல்லில் இருந்து சேகரித்து வந்திருந்த மக்கும் குப்பைகள் முழுவதும் போடப்பட்டது. அங்கே நவீன முறையில் புழுக்கள் மூலம் மக்கும் திடக்கழிவுகளின் திசுக்களை அழுகச் செய்யும் திடக்கழிவு மேலாண்மைத் திட்டம் செயல்பாட்டில் இருந்தது. மக்கும் குப்பையோடு குப்பையாய் புழுக்கள் தின்று செரிக்கக் கூடிய அழுகல்களுக்கு நடுவே செல்லாமல் போன வீரம்மாளின் இருபத்தி நான்காயிரத்து சொச்சம் ரூபாயும், அவரது ஆதார் அட்டையும், இன்ன பிற அடையாள அட்டைகளும் புழுப்பிடித்து அழுகிக் கரையத் துவங்கின.

காட்சி—15

பாண்டியும் சரவணனும் கிருபாவின் பலசரக்குக் கடைக்குச் சென்றபோது, மதிய நேரமாதலால் கடையில் கூட்டம் சுத்தமாக இல்லை. கடை ஓனர் சாப்பிடப் போயிருந்தார். கடைக்குள் நடக்க இருந்த சிறு இடம் போக தரை முழுவதும் ஏதேதோ மூட்டைகளும் அட்டைப்பெட்டிகளும் அடுக்கப்பட்டிருந்தன. இவர்களைப் பார்த்ததும், கிருபா மற்ற பையன்களிடம் தான் சாப்பிட்டுவிட்டு வருவதாகக் கூறி வெளியே வந்தான். இரண்டு சந்து தள்ளியிருந்த மெஸ்ஸுக்கு வரும்வரை மூவரும் பேசிக் கொள்ளவில்லை. மெஸ் வாசலில் நிறைய செருப்புகள் கிடப்பதைப் பார்த்துவிட்டு, “கூட்டமா இருக்கும்போல. வா ஒரு டீ அடிப்போம்” என்று இருவரையும் அழைத்துக்கொண்டு அடுத்த கடைக்குச் சென்றான் கிருபா.

சரவணனால் உற்சாகத்தை அடக்க முடியவில்லை. “மாமா, கையக்குடு மாமா. நீ சரியான தீர்க்கதரிசி” என்று கிருபாவின் கைகளைப் பிடித்து வலுவாகக் குலுக்கினான். கிருபா பாண்டியிடம் “என்ன நடந்தது, விவரமாச் சொல்லு?” என்றான். பாண்டி அன்று காலை வருமான வரித்துறையினர் வந்து நடத்திய சோதனையை விளக்கமாகச் சொல்லி முடித்தான். வழக்கமான புன்னகையோடு அதைக் கேட்டுக் கொண்ட கிருபாவின் மனதிற்குள் ஏதோ யோசனை ஓடிக்கொண்டிந்தது. “என்ன மாமா, எவ்ளோ பெரிய தொகையைக் காப்பாத்திக்கொடுத்திருக்க. பாராட்டுனா இப்படி தேமேனு உட்கார்ந்திருக்க” என்று சரவணன் சலித்துக் கொண்டான். கிருபா, அவனுக்குப் பதில் அளிக்காமல் பாண்டியைப் பார்த்தான். “என்ன விஷயம், சொல்லு மாமா?” என்றான் பாண்டி.

“எப்படி மாப்ள மோப்பம் பிடிச்சிருப்பாய்ங்க?”

“வெளியே லீக் எதுவும் ஆகிடக்கூடாதுன்னுதான் வெளியாட்கள் யாரையும் வச்சுக்காம, மாங்கு மாங்குனு நாம மூணு பேர் மட்டும் சிப்பம் போட்டோம். எப்படி கசிஞ்சுச்சுன்னு புரிபடல மாமா.”

“ஏன் மாப்ள, உன் கணக்குப்பிள்ளை குறுக்குச்சால் ஓட்டிட்டாரா?”

“ச்சீ இருக்காதுடா. எங்க தாத்தன் காலத்துல இருந்து கூட இருக்கவர். நம்பிக்கையான ஆளு மாமா.”

“தொகை பெருசு மாப்ள. யார் கண்ணை வேணும்னாலும் மறைக்கும்”.

”நம்ம சைடுல இருந்து கசிய வாய்ப்பில்ல மாமா. வந்தவய்ங்க பூரா பூண்டு மூட்டை, பூண்டு மூட்டைனுதான் அலஞ்சிட்டு இருந்தாய்ங்க.”

“சமீபத்துல உங்க முதலாளிட்ட இருந்து அல்லது கொடைக்கானல்ல இருந்து யாருக்குப் பூண்டு மூட்டை போச்சுன்னு கண்டுபிடிக்க முடியுமா?”

கிருபா பாண்டியை நோக்கிக் கேட்ட கேள்விக்கு சரவணன் இடைமறித்துப் பதில் சொன்னான்.

“டேய் நம்ம கிழங்கு லோடு வந்தன்னைக்கு, அதே லாரில பூண்டு லோடு மூக்கையா மண்டிக்கு போச்சுடா.”

“ஆனா, நம்ம கொடைக்கானல் முதலாளி, சமீபத்துல பூண்டு போடவே இல்லடா!” என்று பாண்டி கூறியதும், “நல்லாத் தெரியுமா?” என்று கேட்டான் கிருபா.

“அப்படித்தான் நெனைக்கிறேன். ஆனா கன்ஃபார்மா சொல்ல முடியல. நான் போன வாரம் கேட்டதுக்கு பூண்டு கையிருப்பு இல்லை. ஒரு மாசம் ஆகும்னு சொன்னார்.”

“சரி அதைப் பிறகு பார்க்கலாம். அன்னிக்கு ஒரே லாரில வந்த மூக்கையாவோட வெள்ளைப்பூண்டு லோடுல ஏதாவது சிக்கியிருக்கும். அதான் அதையே மோப்பம் பிடிச்சு நம்மட்டயும் நோண்டிப் பார்த்திருப்பாய்ங்க. இப்ப பிரச்சனை முடிஞ்சிருச்சுன்னு சும்மா இருக்க முடியாது. எவ்ளோ சீக்கிரம் பழைய நோட்டை மாத்தி புது நோட்டை உங்க ஆளுட்ட ஒப்படைக்கிறோமோ அவ்ளோ நல்லது.”

“புது நோட்டு இன்னும் ரிசர்வ் பேங்க்குல அடிக்கவே ஆரம்பிக்கலையாம் மாமா. எப்படியும் ஒரு மாதம் கழிச்சுதான் புழக்கத்துக்கு வரும்” என்றான் சரவணன்.

கிருபாவிற்கு அதைக் கேட்டதும் சிரிப்பு வந்துவிட்டது. “உனக்கு யாருடா இதையெல்லாம் சொன்னது?”

“இன்னிக்குக் காலைல டீக்கடைல இதைத்தான் மாமா எல்லாரும் பேசிட்டு இருந்தாய்ங்க. வாட்ஸப்புலயே நியூஸா வந்திருக்காம்.”

பாண்டி ஒன்றும் பேசாமல் சரவணனை முறைத்துப் பார்த்தான். சரவணன், “நான் என்னப்பா கனவா கண்டேன்! படிச்சவன் நாலு பேரு பேசிக்கிட்டதைச் சொன்னேன்,” என்று கிளாஸிலிருந்த டீயை உறிஞ்சினான்.

“மாமா, சில்லறை வியாபாரிக நெட்வொர்க்ல பேசுறதுக்கு முன்னாடிதான் இப்படி ரெயிடு ஆகிப்போச்சு. இப்போ பேசுனா எல்லாரும் சொணங்குவாய்ங்க. இன்னும் ஒரு வாரம் கழிச்சுப் பேசலாம்னு இருக்கேன். அதுவரை நீ காயப்போட்டு வச்சிருக்க இடம் சேஃப் தானே!” பாண்டி கேட்டதும், “நூறு பர்சண்ட் சேஃப் மாப்ள. எப்போ வேணுமோ அலுங்காமப் போய் எடுத்துக்கலாம். ஆனா, எவ்ளோ சீக்கிரம் முடிக்குறோமோ அவ்ளோ நல்லது” என்றான் கிருபா.

“ஆமா மாப்ள, நூறு பர்சண்ட் சேஃப்தான்” என்று சரவணன் கிருபாவைப் பார்த்துக் கண்ணடித்தபடி மீண்டும் அழுத்திச் சொன்னான்.

காட்சி—16

கூளப்பாண்டி கிராமத்திற்குத் திரும்பிச் சென்ற நாகரத்தினம், அங்கே வீரம்மாள் ஆத்தா இன்னும் ஊர் வந்து சேராததை அறிந்து பதற்றமடைந்தாள். இரவுக்குள் எப்படியும் ஊருக்கு வந்துவிடுவார் என்று எதிர்பார்த்தவளுக்கு வீரம்மாள் மறுநாள் வரை வராதது கலக்கத்தைத் தந்தது. நாகரத்னம் ஊரில் உள்ளவர்களிடம் சொல்லி, பெரியாட்கள் நான்கைந்து பேரைக் கூட்டிக்கொண்டு அவசரமாக மதுரைக்குப் பஸ் ஏறினாள். பெரியார் நிலையத்தில் ஒரு டீக்கடையில் வேலை பார்த்துக்கொண்டிருந்த வீரம்மாளின் மகனான கணேசனைத் தேடிக் கண்டுபிடித்து ஊர்க்காரர்கள் விஷயத்தைக் கூற, “கிழவி எங்கேயும் கிடந்து சாகட்டும், எனக்கும் அதுக்கும் எந்த சம்பந்தமும் இல்லை” என்று அவன் கடையைவிட்டு வர மறுத்துவிட்டான். ஊரில் இருந்து வந்தவர்கள் சிம்மக்கல் ஏரியா முழுக்க சல்லடை போட்டுத் தேடினர். அன்று மட்டுமல்ல அடுத்துப் பல நாட்கள் சிம்மக்கல் மட்டுமல்ல, சுற்றுவட்டாரத்தில் தெரிந்த திசையில் எல்லாம் ஆள் முறை வைத்துத் தேடியபடி இருந்தனர். எத்தனை நாட்கள் ஆனபின்னும் அவர்களால் வீரம்மாளையோ இல்லை அவரது உடலையோ கண்டுபிடிக்கவே முடியவில்லை. அவர் வனப்பேச்சியாகி காற்றோடு காற்றாகக் கலந்துவிட்டாள் என்று ஊர்ப்பெரியவர்கள் பேசிக்கொண்டார்கள்.

காட்சி—17

அடுத்த இரண்டு நாட்களும் வங்கிகள் இயங்கவில்லை. பழைய செல்லாத நோட்டுகளுக்குப் பதிலாக எப்போது புதிய நோட்டுகள் வழங்கப்படும், ஒரு நாளைக்கு எவ்வளவு ரூபாய் மாற்றிக்கொள்ளலாம் என்று எந்தத் தகவலும் மக்களிடம் தெளிவாகப் போய்ச் சேரவில்லை. மூன்று நாட்களாக மக்களிடமும், வியாபாரிகளிடமும் பணப்புழக்கம் சுத்தமாக நின்று போய் இன்னும் தீராத குழப்ப நிலையே நீடித்துவந்தது. பாண்டிக்கு இரண்டு நாட்களாகச் சரியாகத் தூக்கமில்லை. இந்த விஷயத்தை எப்படி வெற்றிகரமாக முடிப்பது என்ற பதற்றமே அவன் பார்வையில் அவன் பட்டான். முதன்முதலில் மூட்டை தூக்கும் தொழிலாளியாய்த்தான் கொடைக்கானல் முதலாளி பார்வையில் அவன் பட்டான். கொடைக்கானலின் விசுவாசமான கமிஷன் ஏஜண்ட் வெள்ளைப் பாண்டியின் பேரன் என்று தெரிந்ததும் அவன் மீது முதலாளிக்குத் தனிப்பரிவு உண்டானது.

கொடைக்கானலில் இருந்து மொத்தமாய் காய்கறிகளை இறக்கி, மதுரையில் வி.பி. மண்டி என்ற தன் பெயரில் ஒரு கமிஷன் மண்டியை எடுத்து நடத்துகுற அளவுக்குச் சிறப்புடன் இருந்தார் பாண்டியின் தாத்தாவான வெள்ளைப்பாண்டி. திடீரென அவர் மாரடைப்பில் இறந்து போக, அவரது மகனான பாண்டியின் அப்பாவிற்கு தொழிலின் நெளிவு சுழிவுகள் தெரியவில்லை. வெள்ளைப்பாண்டியின் திடீர் இறப்பால், அவர் கொடுத்திருந்த கடன்கள் யாவும் திருப்பிவரவே இல்லை. ஆனால் அவர் கொடுக்க வேண்டிய இடத்திலிருந்து நெருக்கடிகள் அதிகமாயின. போதாக்குறைக்குப் பாண்டியின் அப்பாவுக்குக் குடிநோயும்

சேர்ந்துகொள்ள, விரைவிலேயே மண்டி, வீடு எல்லாம் போய் நடுத்தெருவுக்கு வந்தார். கொடைக்கானலில் ஒரு காணி நிலமாவது வாங்கி, கமிஷன் ஏஜண்ட் என்ற நிலையிலிருந்து சொந்த நில விவசாயி என்ற வெள்ளைப் பாண்டியின் கனவு அவர் தலைமுறையிலும், அவரது மகன் தலைமுறையிலும் நிறைவேறாமலே போனது.

பாண்டி அடிமட்ட மூட்டை தூக்கும் தொழிலாளியாக, தனது பதினேழாவது வயதில் முதன்முதலாகக் கிழங்குமூட்டையைத் தொட்டான். பத்து வருடப் பழக்கத்தில் கொடைக்கானல் முதலாளியின் நம்பிக்கைக்குரிய ஒருவனாக மாறியிருப்பது அவனுக்கு மகிழ்ச்சியைத் தந்தது. ஐந்து வருடம் முன்பு தன்னைத் தனியாய் மண்டி எடுத்து நடத்தச் சொன்னவர் அவர்தான். அவரது பார்வைபடுகிற இடத்தில் இருந்தால்தான் இன்னும் வளர்வோம் என்று அவனுக்கு முழு நம்பிக்கை இருந்தது. தன் தாத்தா விட்டுச் சென்ற இடத்திலிருந்து தான் தொடர வேண்டும் என்ற பெருங்கனவு அவனுக்குள் விதையாய் முளைவிட்டிருந்தது.

சென்ற வாரம் தன்னையும் ஒரு மனிதனாய் மதித்து கொடைக்கானல் முதலாளியிடமிருந்து இப்படி ஒரு வாய்ப்பு வந்தபோது, உண்மையில் அவன் தனது இத்தனை வருட வியாபார நேர்மைக்கான பரிசாகவே அதை நினைத்தான். தன்னை நம்பி, தான் மதிக்கும் பரம்பரை கோடீஸ்வரர், இவ்வளவு கோடிகளைக் கொடுக்கிறார் என்ற பெருமிதமும் அவரது உள்வட்டத்திற்குள் நுழைவதற்கான வாய்ப்பாகவும், தொழிலில் அடுத்த நிலை எட்டுவதற்கான சந்தர்ப்பமாகவும் அதனை உணர்ந்தான். அவற்றையெல்லாம் ஒப்பிடும்போது இந்தப் பணம் மாற்றும் வேலையில் இருக்கும் ஆபத்தும், இடரும் அப்போது அவனுக்குப் பெரிதாய்த் தெரியவில்லை. எந்த விஷயமானாலும் கூட்டாகச் சேர்ந்து செய்யும் தனது பள்ளிக்கால நண்பர்கள் கிருபாவும் சரவணனும் உடனிருந்தால் தன்னால் எந்த விஷயத்தையும் முடிக்க முடியும் என்ற தைரியம் அவனுக்கு இருந்தது. அதோடு தன்னோடு சேர்த்து, தனது நண்பர்களும் படியேறி வாழ்வில் அடுத்த நிலைக்குப் போகவேண்டுமென்று பாண்டி விரும்பினான்.

காட்சி—18

மாநிலத்தில் உள்ள ஆட்சி அதிகாரம் மூன்று மாதங்களாகக் கோமாவில் படுத்திருந்தது. எதிர்க்கட்சி ஆட்சியில் இருந்து ஆறு வருடங்களாகிவிட்டன. அதிகாரபூர்வமின்றி மாநிலமே மத்திய அதிகாரத்தின் கட்டுக்குள் சென்றுவிட்டது. முதல்வருக்குப் பி.ஏ வேலை பார்க்கும் செயலாளர்கள் மக்களின் தலைவிதியை மாற்றி அமைக்கும் நேரடி உத்தரவுகளைப் பிறப்பித்துக் கொண்டிருந்தார்கள். அமைச்சர்களுக்குத் தொடர்ந்து மூன்று மாதங்கள் தங்கள் பதவி பறிபோகாமல் இருக்கும் வியப்பே விலகவில்லை. அந்த மகிழ்ச்சியில் கார்ப்பரேட் மருத்துவமனைக் கேண்டின்களில் ஒண்ணரைக் கோடி ரூபாய்க்கு இட்லியும், கெட்டி சட்னியும் சாப்பிட்டுக்கொண்டிருந்தனர்.

நாட்டின் மூன்றாம் நிலை, நான்காம் நிலை தொழிலதிபர்கள் பெரும்பாலானோருக்கு புகழேந்திக்கு வந்தது போன்ற அச்சுறுத்தல்கள் வந்தன. வடநாட்டில் பலர் கொடுக்க வேண்டிய ரொக்கத் தொகையின் பேரத்தைக் குறைத்துப் பேசி, சமாதானமாகி தேசியக் கட்சியில் தங்களை இணைத்துக் கொண்டனர். பொதுமக்களிடம் அத்தகைய தொழிலதிபர்களின் செல்வாக்கு எடுபடுமா என்பது பற்றி கட்சியின் தேசியத் தலைமை கவலைப்படவில்லை. பிரபலர்கள் தங்கள் கட்சியின் முகமாக நாட்டுக்குள்ளும் வெளிநாடுகளிலும் உலாவ வேண்டும் என்பதுதான் தலைமையின் நோக்கமாக இருந்தது. அடுத்த பொதுத் தேர்தலுக்குள் நாட்டின் அனைத்துத் தன்னிச்சை அதிகார அமைப்புகளையும் தன் பிடிக்குள் கொண்டுவர வேண்டி இருந்தது. பிறகு மக்கள் நாயகம் என்னும் பொம்மலாட்ட விளையாட்டினை இயக்கும்

முழுக் கட்டுப்பாடும் தன்னிடம் தானாய் வரும். பலம் பொருந்திய தன்னிச்சை அமைப்புகள் தன் பிடிக்குள் வந்துவிட்டால், எங்கு தொட்டு லைட் எரிந்தாலும், தன் எண்ணிக்கை மட்டும் உயரும் வித்தை அரங்கேறும் என்று நம்பியது. அதற்கு அபரிமிதமான பணம் தேவை. அதற்குத்தான் நாலா பக்கமிருந்து வாய்க்காலை வெட்டிவிட்டிருக்கிறது.

சுதந்திரத்துக்குப் பின் அதுவரை ஆட்சி அதிகாரத்தின் சுவையை முழுதாக அறிந்திராத பழைய சித்தாந்தத்துக்கு அரிதாய்க் கிடைத்த பொக்கிஷத்தைத் தக்கவைக்கும் வெறி இருந்தது. தன்னை நிலைநிறுத்த அது எந்த நிலைக்கும் செல்லத் துணிந்தது. தனக்கு ஒத்துவராத தொழிலதிபர்கள் வீடுகளிலும் தொழிற்சாலைகளிமும் வருமான வரித்துறையை அனுப்பி நலம் விசாரிக்க வைத்தது. எதிர்த்துக் குரல்கொடுக்கும் அரசியல்வாதிகளின் காலாவதியான வழக்குகளைத் தூசு தட்டி எடுத்தது. அது பலருக்கும் தீராத தும்மலைத் தர, சர்வரோக நிவாரணியாகத் தன் கட்சி உறுப்பினர் அட்டையை அவர்களிடம் நீட்டியது. அப்படியும் பணவரத்துப் போதுமானதாக இல்லை.

எலி வளையில் ஒரு பக்கம் புகையைப் போட்டு அடைத்துவிட்டால், நெடி தாங்காமல் மறுபக்கம் தெறித்து ஓடிவரும் எலிகளை மொத்தமாய் அள்ளிக்கொள்ளலாம் என்று பொந்தின் வாசலில் வாயை அகலத் திறந்து காத்திருந்தது கழுவன் பூனை. அதற்காகப் பணமதிப்பிழப்பு என்ற பிரம்மாஸ்திரத்தை எடுத்தது. சாதாரண மக்கள் தங்களிடமுள்ள செல்லாத நோட்டுகளைப் புதியதாக மாற்றிக்கொள்ள ஆயிரத்தெட்டுக் கட்டுப்பாடுகளை விதித்தது. அத்தகைய சிடுக்குப்பிடி கட்டுப்பாடுகளின் உள்ளுக்கும் உள்ளே, ‘அரசியல் கட்சிகளுக்கு பழைய நோட்டுக்களாகக் கொடுக்கும் நிதிகளுக்கு எந்தக் கட்டுப்பாடும் இல்லை’ என்ற ஒற்றை உபவிதிக்குள் தனக்குத் தேவையானதைப் பெருந்தொழிலதிபர்களுக்கும் அரசியல்வாதிகளுக்கும் கச்சிதமாகக் கோடிட்டுக் காட்டியது.

புகழேந்தி தனக்கு நெருக்கமாய் இருக்கும் தமிழகத்தின் பிற தொழிலதிபர்களிடமும் லேசாக விசாரிக்கையில், அவர்களுக்கும் தேசியக் கட்சியிடமிருந்து ஏதோ சில வகைகளில் அழுத்தம் வந்திருப்பதை உணர முடிந்தது. கோயம்புத்தூர் வேட்டி நிறுவன அதிபர் முழுநேர பக்தராகவே மாறிவிட்டார். சென்னையின் பல்பொருள் அங்காடி நிறுவனர் பிற கவனிப்புகளோடு, ரௌத்திர

ஆஞ்சிநேயரைத் தமிழக வீதிகளில் வலம்வர வைக்கும் பொறுப்பை ஏற்றுக்கொண்டார். மற்ற சிலரும் இதுதான் காலத்தின் நியதி என்பதைப் போல சரணாகதி தத்துவத்தைப் பின்பற்றத் துவங்கினர்.

புகழேந்தியும் அரசியல் கட்சிகளோடு அனுசரித்துப் போகக்கூடியவர்தான். அவருக்கு எந்த அரசியல் கட்சிகளுடனான உறவும் பரஸ்பரம் வளர்ச்சிக்குரியதாகவே இருந்து வந்திருக்கிறது. ஒன்றை அழித்து ஒன்று வளரும் என்ற நிலைப்பாடு அவருக்கு உவப்பானதாக இல்லை. இந்த வெறுப்பரசியல் ஒட்டு மொத்த வளர்ச்சிக்கானதாக இருக்கப்போவதில்லை. யாரோ ஒன்றிரண்டு பேர் தின்று கொழிக்க ஒட்டுமொத்த தேசமும் சுடுகாடாகப் போகிறது என்பதை அவர் முன் உணர்ந்தார். அந்த அழிவுப்போக்குக்குத் தானும் ஒரு கண்ணியாகிவிடக்கூடாது என்று மனதுக்குள் சூளுரைத்தார்.

இந்த மண்ணுக்குத் தொடர்பே இல்லாத ஏதோவொரு கூட்டம் புறவாசல் வழியாக ஏறிக்குதித்து வந்து, முதுகெலும்பற்றவர்களை கைப்பாவையாக்கி நடத்தும் பொம்மலாட்ட ஆட்சியிலிருந்து, தன் குடும்பம் இத்தனை ஆண்டு காலம் அரசுகளிடம் பேணும் நட்புறவிற்கு எந்த மரியாதையும் கிடைக்காது என்று விரைவிலேயே புகழேந்தி உணர்ந்தார்.

அவரது பரம்பரையினர், எந்த ஆட்சி வந்தாலும் தங்கள் பகுதியில் ஓர் இணை அரசாங்கம் நடத்தக்கூடியவர்கள். இப்போது இருக்கின்ற நிலையில் அசையாச் சொத்துக்களுக்கு உடனடி பாதிப்பு இல்லையென்றாலும், தொழில் வளர்ச்சிக்காகவும், இணை பொருளாதார மேம்பாட்டுக்காகவும் கைவசம் இருக்கும் ரொக்கப் பணத்தைப் புதிய நோட்டுகளாக மாற்ற வேண்டிய கட்டாயம் இருப்பதை உணர்ந்தார். மத்திய அரசாங்கம் தன்னைக் கட்டம் கட்டிவிட்டபடியால், அது அவ்வளவு சுலபமான காரியமாக இருக்கப்போவதில்லை என்பதையும் அவர் அறிந்திருந்தார். தனக்கு மிகப் பிடித்தமான குதிரைப் பந்தயமாக இந்த வியூகத்தை நினைத்துக்கொண்டு இதனை விளையாடிப்பார்க்கவும் அவர் முடிவுசெய்தார்.

வழக்கமாகத் தனது செயலாளர்கள் மூலம் பணத்தை மாற்றுவது மிகச் சுலபமாகக் கணிக்கக்கூடிய பாதை என்பதை உணர்ந்தவர், இரண்டு மூன்று தலைமுறைகளாகத் தனது பண்ணைகளில்,

தோட்டங்களில், தொழிற்சாலைகளில், நிறுவனங்களில் பணிபுரியும், தன் தொழில்களோடு இரண்டாம் நிலை, மூன்றாம் நிலை ஒப்பந்தத்தில் இருக்கும் சிறு தொழில்முனைவோர் மற்றும் தன்னிடம் உப ஒப்பந்த வேலைகளில் ஈடுபட்டிருக்கும் சிறுவணிகர்கள் என்று மொத்தம் பத்து இளைஞர்களைப் பிரத்தியேகமான விசாரிப்புகளுக்குப் பின் தனது நேரடி மேற்பார்வையில் தேர்வு செய்தார். அவர்கள் யாருக்கும் கோடிகளில் பணப் பரிவர்த்தனை செய்திருக்கும் அனுபவம் இல்லை. ஆனால் தன்முனைப்புடன் இறங்கி தொழில்நேர்மையுடன் வேலை செய்பவர்களாக அவர்கள் இருந்தனர்.

அவர்கள் பத்து பேரையும் தனித்தனியாக, கொடைக்கானல் கூக்காலில் இருக்கும் தனது பங்களாவிற்கு அழைத்து, நடைபெறவிருக்கும் குதிரைப் பந்தயத்தின் விதிமுறைகள், தங்களுக்கு மறைமுகமாகச் சாதகமாக இருக்கப்போகும் அரசு இயந்திரம், தங்களுக்கு சாதகமற்று இருக்கப்போகும் அதிகாரக் கட்டமைப்பு, அந்த இளைஞர்கள் மாற்றித் தர வேண்டிய தொகையின் அளவு, அதற்காக அவர்களை வழிநடத்தும் ரகசிய வழிகாட்டிகள், அந்த வழிகாட்டிகள் எப்படி இவர்களை அணுகுவார்கள், பணம் எந்த வகைகளில் மாற்றப்படும், அதனை எவ்வாறு மறுபடியும் தன்னிடம் வந்து சேர்க்க வேண்டும், நடுவில் இடையூறுகள் வரா வண்ணம் எப்படி தன் ஆட்கள் பின்புலத்தில் இருந்து இயங்குவார்கள், அதற்கு இவர்களுக்குக் கிடைக்கப்போகும் கமிஷன் தொகை என்று மிகத் தெளிவாக விளக்கினார். அதனைக் கேட்டுக்கொண்ட பத்து இளைஞர்களுமே மறுப்புத் தெரிவிக்காமல் இந்தப் பரிவர்த்தனையில் தங்களை இணைத்துக் கொள்ள சம்மதம் தெரிவித்தது, புகழேந்திக்குத் தன் செழிப்பான பணக்குதிரைகளை ரெய்ட் செய்யப்போகும் சரியான ஜாக்கிகள் கிடைத்த உற்சாகத்தையும் தன்னெழுச்சியையும் தந்தது.

காட்சி—19

பாண்டியின் மண்டியில் ரெய்டு வந்ததும், அவனது சிறு வியாபாரிகள் மூலம் கிழங்குச் சிப்பங்களில் பணத்தைக் கொண்டு சேர்த்து அவர்கள் மூலம் மாற்றலாம் என்ற திட்டம் என்ற எண்ணம் அவனுக்கு உறுத்தலாக இருந்தது. கொடைக்கானல் முதலாளி அந்த வழியைச் சொல்லி இருந்தாலும், வேறு ஏதாவது பாதுகாப்பான வழி கிடைக்குமா என்று தேடியபடியே இருந்தான். அதற்குத் தோதாக இன்னொரு புளியங்கொம்பு தானாக வந்து சிக்கியது.

சிம்மக்கல் ஏரியாவில் இரவு முழுவதும் லோடு ஏற்றி இறக்கும் லாரிகள் இயங்கிக்கொண்டிருக்கும்போது, மூடியிருக்கும் தாரா வங்கியின் மண்டலக் கிளையின் வாசலிலும் பாண்டி லீசுக்கு எடுத்து நடத்திக்கொண்டிருக்கும் வி.பி. மண்டிக்கு வரும் லாரிகள் நிறுத்தி வைக்கப்பட்டிருக்கும். கடந்த ஒரு வாரத்தில் இரவு நேரங்களில் அப்படி லோடு ஏற்றி இறக்கும் நேரங்களில் வங்கியின் மூடிய ஷட்டருக்குப் பின் ஆட்கள் புழங்குவதைப் போன்று அவனுக்குத் தோன்றியது. ரூபாய் நோட்டுகள் செல்லாமல் போனது தொடர்பாக ஏதேனும் அவசர வேலைகள், கூட்டங்கள் இருக்குமென்று வைத்துக்கொண்டாலும், வழக்கமாக பகலில் வங்கி வாசலில் நிற்கும் கார்களோ பைக்குகளோ எதுவும் நிற்பதில்லை.

இரவில் கதவை மூடிக்கொண்டு அரையிருட்டில் அப்படி என்ன வேலை பார்க்கிறார்கள் என்ற சந்தேகம் ஒரு வாரமாக பாண்டியின் மனதை உறுத்தியபடியே இருந்தது. அன்று வழக்கமான லோடு இறக்கிவிட்டு, மண்டியைப் பூட்டிவிட்டு உள்ளே குடோனில்

இருக்கும் தன் அறையில் படுக்கப் போனவன், தூக்கம் பிடிபடாமல் மீண்டும் சற்று நேரத்தில் வாசலுக்கு வந்தான். அரையிருட்டில் அமர்ந்து ஒரு சிகரெட்டை சட்டைப் பாக்கெட்டிலிருந்து எடுத்தான். பற்ற வைக்கத் தீபெட்டியை எடுத்தபோது அது காலியாகி இருந்தது. சாலையில் அநேகமாகக் கடைகள் எல்லாம் அடைத்து, ஏரியா வெறிச்சோடிப் போயிருந்தது. கையிலிருந்த மொபைலில் மணி பார்த்தான். அதிகாலை மூன்று மணியாகியது.. டீக்கடைகள் திறக்க இன்னும் ஒரு ஒருமணி நேரமிருந்தது. மீண்டும் உள்ளே போய் தீப்பெட்டியை எடுத்துவர சோம்பல்பட்டவனாய் அப்படியே வாசலில் அமர்ந்து கையில் இருந்த மொபைலை நோண்டிக்கொண்டு அமர்ந்திருந்தான். அப்போது இரண்டு கட்டடங்கள் தள்ளியிருந்த தாரா வங்கி உள்ளேயிருந்து ஷட்டர் திறக்கப்படும் சத்தம் மெதுவாகக் கேட்டது. பாண்டி சத்தம் காட்டாமல் மெதுவாக எழுந்து, அருகில் சுவரோரமாக நின்று என்ன நடக்கிறது என்று வேடிக்கை பார்த்தான்.

ஷட்டரைப் பாதி திறந்துகொண்டு, உள்ளிருந்து நான்கைந்து பேர் வந்தனர். அவர்களில் இருவர் வங்கி ஊழியர்கள் போல் தோற்றமளித்தனர். அவர்களும்கூட வங்கியின் அந்தக் கிளையில் வேலை பார்ப்பவர்கள் இல்லை என்று தெரிந்தது. மற்ற மூவரில் இருவர் பைஜாமா அணிந்து தலையில் குல்லா போட்டிருந்தனர். அதில் ஒருவர் அம்மன் சன்னதி எலெக்ட்ரிகல் ஷாப் கல்லாவில் எப்போதும் அமர்ந்திருக்கும் மார்வாரி சேட் என்று அடையாளம் தெரிந்தது. கடைசியாக ஷட்டரை இறக்கி பூட்டை வெளிக்கூடி பூட்டிவிட்டு வந்தவர் அந்தக் கிளையின் மேலாளர். வழக்கமான வங்கி வேலை தினங்களில் அவர் ஊழியர்களை விரட்டி வேலை வாங்குவதை பாண்டியே இரண்டொரு முறை பார்த்திருக்கிறான். அவரை ரொம்ப ஸ்ட்ரிக்ட் ஆபிஸர் என்று மனதில் பதிய வைத்திருந்தான். இப்போது தொப்பை தெறித்துவிடும் அளவு அவரே மண்டி போட்டு வங்கி ஷட்டரை இழுத்து அடைப்பதைப் பார்த்தால், ஏதோ உள்குத்து சமாச்சாரங்கள் நடக்கின்றன என்று அவனால் மிக எளிதாக யூகிக்க முடிந்தது. கிழங்குச் சிப்பங்களைப் பிரிக்க வேண்டிய நேரம் வந்துவிட்டது என்று அவன் உள்ளுணர்வு சொல்லியது.

காட்சி—20

மறுநாள் காலையும் தாரா வங்கியின் முன் கூடியிருந்தவர்களுக்கு "புதிய நோட்டுகள் இன்னும் வரவில்லை" என்ற தகவலையே ஊழியர்கள் கூறிக்கொண்டிருந்தனர். கூடியிருந்த மக்கள் சலசலப்புடன் வங்கியைச் சுற்றி நின்றிருந்தனர். பின்னர் யாரோ ஒருவர் தல்லாகுளத்தில் இருக்கும் வங்கிக்குப் புதிய நோட்டுகள் வந்துவிட்டன என்று காற்றுவாக்கில் ஒரு வதந்தியைக் கிளப்பிவிட்டுப் போனார். கூட்டம் கலைந்து தல்லாகுளத்துக்குப் படையெடுத்தது. பணம் வராவிட்டாலும் வங்கியைத் திறந்து வைத்திருக்க வேண்டும் என்று உத்தரவாதலால் வங்கி ஊழியர்கள் சிலர் மட்டுமிருக்க, வங்கிக் கிளை திறந்திருந்தது. காலை பதினொண்ணரை மணிவாக்கில், பாண்டியும் கிருபாவும் தாரா வங்கிக்குச் சென்றார்கள். வாசலில் இருந்த செக்யூரிட்டி பாண்டியைப் பார்த்து சிநேகிதமாய்ப் புன்னகைத்து, "இன்னும் பணம் வரல தம்பி. நாளைக்கு வரும்னு சொல்றாங்க. வந்தவுடன் நான் தகவல் சொல்றேன்," என்றார்.

"இல்லண்ணே, மேனேஜர் சார்ட்ட லோன் விஷயமா ஒரு விவரம் கேக்கணும்" என்றான் பாண்டி. "மேனேஜர் சார் இல்லையே தம்பி, உள்ளே கிளர்க் இருக்கார். அவர்ட்ட கேளுங்க" என்றவராய் பாதி திறந்திருந்த ஷட்டரை முழுதும் உயர்த்தினார். பாண்டியும், கிருபாவும் உள்ளே சென்று ஒரு சுற்று சுற்றிப் பார்த்துவிட்டு, ஒருவரிடமும் ஒன்றும் கேட்காமல் திரும்பி வந்தனர். வெளியே வந்த பாண்டி, "சரிண்ணே, மேனேஜருக்குத்தான் தகவல் தெரியுமாம், அவர் வந்தா ஒரு தகவல் சொல்லுங்க" என்றவனாய் படி வழியாகக் கீழே இறங்கினான். பின்னால் வந்த கிருபா லேசாக,

“ஒரு நிமிஷம்” என்பது போல் அவரைக் கீழிறங்கி வருமாறு கைஜாடை காட்டிவிட்டு இறங்கினான். ஷட்டரை மீண்டும் இழுத்து மூடிய செக்யூரிட்டி, இரண்டு நிமிட இடைவெளிக்குப் பின் கீழே வாசலுக்கு வந்தார்.

கிருபா அவரை எதிர்பார்த்துக் காத்திருந்தான். “அண்ணே, சாரை வேற எங்க ஃப்ரீயா பார்க்கலாம். லோன் விஷயமா அவசரமாப் பேச வேண்டியிருக்கு.”

“சார், எங்கேயும் வெளியே போக மாட்டாரே தம்பி. நேரா வீடு விட்டா ஆஃபிஸ், ஆஃபிஸ் விட்டா வீடு. அவ்வளவுதான்.”

“ஓ அப்ப்டியாண்ணே!" என்று தாடையைத் தேய்த்தான் கிருபா.

“ஆனா, என்ன விஷயம்னாலும் வீட்டுல போய்ப் பேசலாம் தம்பி.”

அது போதுமே என்று பாண்டியைப் பார்த்து லேசாகச் சிரித்தவனாய், கிருபா மண்டி நோக்கி நடந்தான். பின்னால் பாண்டி, மேனேஜரின் ஜாதகக் குறிப்பு தவிர செக்யூரிட்டிக்குத் தெரிந்த எல்லா விவரங்களையும் வாங்கிக்கொண்டு அதற்குரிய சில்லறை விலையைக் கொடுத்துவிட்டு, நிதானமாகப் பின்னால் வந்தான்.

காட்சி—21

பழங்காநத்தம் நீர்த்தேக்கத் தொட்டிக்குப் பின்புறம் ஐந்தாவது தெருவில் வரிசையான சந்து வீடுகளுக்குப் பின்னால் ஒற்றையாய் தனித்திருந்தது அந்தப் பெரிய வீடு. வாசலில் பளபளக்கும் ப்ராஸ் மெட்டலில் மதிய வெயில் பட்டு, பஞ்சாபகேசனின் பெயரும் பதவியும் மிளிர்ந்தது. காம்பவுண்டு கேட்டுக்கு பக்கவாட்டில் இருந்த அழைப்பு மணியை அடித்துவிட்டு பாண்டியும், கிருபாவும் வெளியே காத்திருந்தனர்.

இரண்டு நிமிடங்களுக்குப் பிறகு வெற்றுடம்போடு, தளர்ந்திருந்த அழுக்கு நான்கு முழ வேட்டியை இறுக்கிக் கட்டியபடி ஆஜானுபாகுவான ஒருவர் வந்து கதவின் இடுக்கிலிருந்து, "யாரு வேணும்?" என்றார். "மேனேஜர் சாரைப் பார்க்கணும்" என்றான் கிருபா.

"நீங்க?"

"நாங்க தாரா பேங்க் வாடிக்கையாளர்கள் சார்."

"பேங்க் விஷயம் பேங்க்குல வந்து பேசுங்கப்பா" என்று கூறிவிட்டு இவர்கள் பதிலுக்குக் காத்திருக்காமல் திரும்பி உள்ளே நடந்தார். வந்தவர் மேனேஜர்தான் என்பது பாண்டிக்கு சற்றுத் தாமதமாகவே உரைத்தது. அவன் கிருபாவிடம் லேசாகக் காதைக் கடிக்க, கிருபா சற்று சத்தமாக, "சார், அம்மன் சன்னதில எலக்ட்ரிகல்ஸ் ஷாப் நடத்துறாரே ராம் மோகன் ஜெயின், அவர்தான் உங்களை சந்திக்க அனுப்பி வச்சார்" என்றான்.

"யாருடா அவர்?" என்பது போல கிருபாவைப் பார்த்தான் பாண்டி. கிருபா அவன் மணிக்கட்டை அழுத்திப் பேசாமல் இருக்கும்படி சைகை செய்துவிட்டு உள்ளே எட்டிப்பார்த்தான். உள்ளே கதவைச் சாத்தப் போனவர், "அப்படியானா நீங்க கண்டிப்பா பேங்க்ல வந்துதான் பார்க்கணும்" என்று பெரிதாகச் சிரித்தபடி கூறினார். ஆனால் பேசிக்கொண்டே வந்து கேட்டைத் திறந்துவிட்டு, "என்ன விஷயம்?" என்றார். அப்போதுதான் அவர் கால்களுக்கடியில் ஒரு பொமேரியன் நாய் நின்றுகொண்டிருப்பது தெரிந்தது. அது இவர்களைப் பார்த்துக் குரைக்கவும் செய்யாமல், அதே நேரம் சிநேகமுடன் வாலாட்டவும் செய்யாமல் முறைத்துப் பார்த்தபடியோ, குழப்பத்துடனோ நின்றுகொண்டிருந்தது. இவர்கள் தயங்கி நிற்பதைப் பார்த்த மேனேஜர், "உள்ளே போடிம்மா பட்டு" என்று அதனிடம் சொன்னார். என்ன நினைத்ததோ, அவர் சொன்னதும் வள்வள்ளென்று இவர்களை நோக்கிக் குரைக்க ஆரம்பித்தது. அவர் ஜன்னல் கம்பியில் தொங்கிக் கொண்டிருந்த சின்ன இரும்புச் செயினை எடுத்து அதன் கழுத்துப் பட்டையில் கோர்த்து முன்னே நடந்து வீட்டுக்குள் சென்றார். கிருபாவும் பாண்டியும் பின்னே சென்றனர். அவர் வீட்டுக்குள் அழைத்துச் செல்வார் என்று எதிர்பார்த்தவர்கள், ஜன்னலில் நாயைக் கட்டிவிட்டுத் திரும்பியவுடன் தயங்கி, கேட்டுக்கும் வீட்டுவாசலுக்குமான நடைபாதையில் நின்றனர். அவர் வந்து, "என்ன விஷயம்?" என்பது போலப் பார்த்தார். "அதான் சார், அம்மன் சன்னதி, ராம் மோகன் ஜெயின்..." கிருபா முடிப்பதற்குள் அவர் குறுக்கிட்டு, "அதெல்லாம் இருக்கட்டும். உங்களுக்கு என்ன வேணும் சொல்லுங்க?"

"இல்ல சார், அது வந்து, ஒரு பிஸினஸ் லோன் விஷயமா..."

"அதிருக்கட்டும், உங்களுக்கு என்ன வேணும்?"

விஷயத்தை எப்படித் துவங்குவது என்று கிருபாவிற்குத் தயக்கமிருந்தது. மிக மெதுவாக, "சார் ரூபாய் நோட்டு செல்லாமப் போனதுல கொஞ்சம் சந்தேகம் இருக்கு. அதான் உங்கட்ட விவரம் கேட்க வந்தோம்."

"என்ன சந்தேகம், நீங்க ரெண்டு பேரும் பெரிய பொருளாதார மேதைகளா? நாட்டோட ஜி.டி.பி. இதால எப்படி அஃபெக்ட் ஆகப்போகுதுன்னு என் கூட டிஸ்கஸ் பண்ணணுமா?"

கிருபாவும், பாண்டியும் அமைதியாக நின்றிருந்தனர். வீட்டுக்குள் கிளம்பிய பஞ்சாபகேசன், நான்கடி தூரம் நடந்து பின் திரும்பிப் பார்த்துச் சத்தமாய்ச் சிரித்தபடி “உள்ளே வாங்க!” என்றார்.

உள்ளே சென்றதும், "நீ பழக்கடை பாண்டி தானே?" என்றதும்தான், தன்னை ஏற்கனவே அவருக்குத் தெரிந்திருக்கிறது என்று பாண்டிக்குப் புரிந்தது. ஆமாம் என்பது போல் தலையசைத்தது, "சார், தப்பா எடுத்துக்காதீங்க. எப்படி ஆரம்பிக்கன்னு தெரியல," என்றான். அவர் அதைக் கண்டுகொண்டவராகவே தெரியவில்லை. மறுபடியும் அதே கேள்வியைத்தான் கேட்டார் "அதெல்லாம் இருக்கட்டும். உங்களுக்கு என்ன வேணும் சொல்லுங்க."

கிருபாவிற்கு நம்பிக்கை பிறந்தது. "சார், பிசினஸ்ல ரொட்டேஷனுக்கு வச்சிருந்த பணம் கொஞ்சம் கையிருப்புல சேர்ந்து போச்சு. அதான், அதை புது நோட்டா மாத்தணும். அதான் சார்ட்ட கொஞ்சம் ப்ரொசீஜர்ஸ் தெரிஞ்சுக்குலாம்னு வந்தோம்."

அவர் ஏதோ பெரிய நகைச்சுவையைக் கேட்டது போல, உடம்பு அதிரச் சிரித்தார்.

"இதைத்தான் நான் வந்ததுல இருந்தே கேட்டுட்டு இருக்கேன். நீங்க ரெண்டு பேரும் மாத்தி மாத்தி ஜாங்கிரி பிழிஞ்சுண்டு இருந்தீங்க" என்றவர், "எவ்ளோ இருக்கு?" என்று பாண்டியைப் பார்த்தார். அவன் ஜாக்கிரதையாக, "ஒரு 2கோடி இருக்கு சார்" என்றான். "பிச்சைக் காசு. இதுக்கெதுக்குப்பா என்கிட்ட வரணும். ஏதாவது வட்டிக்கடைலயே மாத்திக்கலாமே. 50சிக்கு மேலதான்பா நான் ப்ராஸஸ் பண்ண முடியும்" என்றார். பாண்டி, "இல்ல சார், 10கோடி இருக்கு சார்." என்றான். "என்னவோப்பா புது நோட்டெல்லாம் கம்மியாத்தான் அடிக்கிறான் போல. அப்புறம் லேட்டானா தட்டுப்பாடு ஆயிடும் பார்த்துக்கோங்க" என்றவர், "வீடு தேடி வந்துட்டீங்க. அதனால 10கோடி மாத்தலாம், சரியா! அப்புறம் 15 பர்சண்ட் ப்ராசஸிங்குல போயிரும். அதும்போக 1சி.க்கு ஐநூறு ஆதார் கார்டு ஜெராக்ஸ் வேணும். மொத்தம் 10சி.க்கு 5000 ஆதார் கார்டு. அது ஏற்பாடு பண்ண முடியாட்டி அடிஷனல் 5 பர்சண்ட் ஆகும். நான் சொல்ற அன்னிக்கு பணத்தைத் தயாரா வச்சிருங்க. பேங்குக்குக் கொண்டு வர வேணாம். பழைய நோட்டை எடுத்துண்டு, புது நோட்டை ஆன் ரோடு டெலிவரி பண்ணிருவோம்" என்று ஒரு லோன்

சாங்ஷன் செய்யும் வழிமுறையைப் போல வரிசைக்கிரமம் மாறாமல் ஒப்புவித்தார். பாண்டியும், கிருபாவும் 20 சதவீதத்துக்கு சம்மதித்துத் தலையசைத்துவிட்டு, வெளியே வந்தனர். ஜன்னலில் கட்டியிருந்த நாய் ஏனோ ஈன ஸ்வரத்தில் ஊளையிட்டது.

காட்சி—22

இரண்டு நாள் கழித்து, பாண்டியின் மொபைலுக்கு புதிய எண் ஒன்றிலிருந்து அழைப்பு வந்தது. "சார், தாரா வங்கி மேனேஜர் பேசச் சொன்னாங்க. இன்னிக்கு ராத்திரி சரியா இரண்டு மணிக்கு திருநகர் 5வது நிறுத்தத்தில், மகாலெட்சுமி நகர் முனையில் இருக்கும் ஏ.டி.எம். பூத்துக்கு சார்ட்ட கமிட் பண்ண 10கோடி பணத்தை ஒரு ஏடிம் டம்மி மெஷின்ல ஃபில்லப் பண்ணிக் கொண்டு வாங்க. புது நோட்டு மாத்திக்கலாம்" என்றதற்கு, "ஏ.டி.எம். டம்மி மெஷினா?" என்று இழுத்தான் பாண்டி, "அது ஒண்ணும் பிரச்சனையில்லை சார். வில்லாபுரத்துல இருக்க ஹோம் நீட்ஸ் ஷோ ரூமோட அட்ரஸ் சொல்றேன். உங்க மொபைலுக்கு ஒரு ஃபிரிட்ஜ் ஆர்டர் பண்ண ரிசிப்ட்டும், டெலிவரி சலானும் ஸ்கேன் பண்ணி வாட்ஸப்புல அனுப்புறேன். அந்த ரெசிப்ட்டைக் காமிச்சு வெளியே ஃபிரிட்ஜ் மாதிரி பேக் பண்ணிருக்கும் டம்மி ஏ.டி. ஏம் மெஷினை டெலிவரி எடுத்துக்கோங்க. அதுல பணத்தை ஃபில் அப் பண்ணிட்டு, ஏ.டி.எம். மெஷினை ரீப்ளேஸ் பண்ற மாதிரி ஒரு வேன்ல திருநகர் எ.டி.எம்.முக்கு வாங்க. சரியா?" எதிர்முனையில் பேசியவர் விஷயத்தைக் கூறிவிட்டு அழைப்பைத் துண்டித்தார். பாண்டி, உடனடியாக கிருபாவிடம் விஷயத்தைச் சொன்னான். "சரிடா, இப்போ சரவணனை ஃபிரிட்ஜ் டெலிவரி எடுத்துட்டு, தனலெட்சுமி வீட்டுக்குக் கொண்டுபோய் டெலிவரி கொடுக்கச் சொல்லு. நான் அவங்கட்ட தகவலைச் சொல்லிர்றேன். ராத்திரி பத்து மணிவாக்குல நாம அங்க போய், மாத்தி பேக் பண்ணிக்கலாம்," என்றான்.

சரவணனுக்குத் தனியாக தனலெட்சுமியைப் பார்க்கப் போகிறோம் என்றதும் லேசாகச் சிலிர்ப்பூட்டியது. ஷோ ரூமில், ஃபிரிட்ஜை டெலிவரி எடுத்துக்கொண்டு, திருப்பரங்குன்றத்தில் அவள் வீட்டின் முன் நிறுத்திவிட்டு, கிருபாவிற்கு ஒரு மிஸ்டு கால் கொடுத்தான். அவன் உடனே தனலெட்சுமியிடம் கூறியிருப்பான் போல, அடுத்த ஐந்தாவது நிமிடத்தில், இரண்டு இளம்பெண்கள் வாசலுக்கு வந்தனர். “புது ஃபிரிட்ஜ் கொண்டு வந்துருக்கீங்களா? அக்கா, சமையல் ரூம்ல இறக்கி வைக்கச் சொன்னாங்க” என்றாள் அதில் ஒருத்தி. சரவணன், வண்டியின் பின்னால் சென்று, முழுதும் அட்டைப் பெட்டியால் மூடியிருந்த ஆளுயர பாக்ஸை முதுகில் தூக்கிக்கொண்டு வாசலுக்கு வந்தான். உள்ளே நீண்ட வராண்டா வழியே, அந்தப் பெண்கள் சென்று சமயலறைக்கு வழிகாட்டினர். உள்ளே ஒரு ஓரத்தில் அந்த பாக்ஸை நிறுத்தி வைத்துவிட்டு, கனெக்ஷன் கொடுக்க ஆள் வருவாங்க” என்று சொல்லிவிட்டு வராண்டாவிற்கு வந்தான். இடப்புற ஹாலில் இருபதுக்கும் மேற்பட்ட பெண்கள், பலவிதமான சமையல் பொடிகளை சிறிய ப்ளாஸ்டிக் கவர்களில் பேக் செய்துகொண்டிருந்தனர். மசாலாப் பொடிகளின் கலவையான நெடி மூக்கைத் துளைத்தது. தனலெட்சுமி உள்ளே எங்கு இருக்கிறாள் என்று சரவணனின் கண்ணுக்குத் தட்டுப்படவில்லை. அவன் அந்த ஹாலைப் பார்த்தபடியே வெளியே வந்தான். வண்டிக்கு அருகில் வந்து, கிருபாவை அழைத்து விஷயத்தைக் கூறிவிட்டு, ரிவர்ஸ் எடுத்து அங்கிருந்து கிளம்பினான். தெரு முனை திரும்பும் வரை தனலெட்சுமி தென்படுகிறாளா என்று ரியர் மிரரைப் பார்த்தபடியே வண்டி ஓட்டினான். அவள் வெளியே வரவே இல்லை.

இரவு பத்து மணிக்கு ஒரு மெட்டடோர் வேனை ஏற்பாடு செய்துகொண்டு கிருபா, பாண்டி, சரவணன் மூவரும் திருப்பரங்குன்றத்துக்கு வந்தனர். கிரிவலம் செல்லும் பாதையில், தெற்குத் தெருவிற்கு முன்னர் சாலை ஓரத்தில் வண்டியை நிறுத்திவிட்டு, மூவரும் தனலெட்சுமி வீட்டுக்கு நடந்தனர். வாசலை அடைந்ததும், கிருபா அவளுக்கு ஒரு மிஸ்டு கால் கொடுத்தாள். வராண்டாவில் இருக்கும் விடிபல்பு வெளிச்சத்தில் வந்து அவள் கதவைத் திறந்தாள். “தூக்கத்தை கெடுத்துட்டோமா?” என்றபடி கிருபா வராண்டா வழி கடைசி அறைக்குச் சென்றான். அவனைத்

தொடர்ந்து பாண்டியும், சரவணனும் செல்ல, அவள் வாசல் கதவை பூட்டிவிட்டு, முன் அறைத் தாழ்ப்பாளை அலுக்கம் இல்லாமல் வெளிகூடி சாத்திவிட்டு, உள்ளே வந்தாள்.

சரவணன் சமையலறையில் இருந்த ஆளுயர ஃபிரிட்ஜ் அளவுக்கு இருந்த பாக்ஸை சத்தம் வராமல் தூக்கி, கடைசி அறையில் வைத்தான். மூவருமாய் சேர்ந்து, பெரிய ஏ.டி.எம். மெஷின் மாதிரி இருந்த ப்ளாஸ்டிக் கவரிங்கை மெதுவாக அகற்றினர். உள்ளே பீரோ ரேக்கு மாதிரி இருந்த அடுக்குகளில், கிழங்குச் சிப்பங்களுக்கு இடையே இருந்த ஆயிரம் ரூபாய் கட்டுகளை எடுத்து அடுக்கத் துவங்கினர். தனலெட்சுமி அறையோரத்தில் இருந்த ஒரு திண்டில் அமர்ந்தபடி, பாண்டியிடம் பேச்சுக்கொடுத்தாள்.

“பெரிய வேலக்காரனாட்டம் இருப்ப போல. அசால்ட்டா கிழங்குக்குள்ள வச்சு இவ்ளோ பெரிய வேலை பண்ற?” பாண்டி எதுவும் பேசாமல், சரவணன் அவிழ்க்கும் கிழங்குச் சிப்பங்களில் இருந்து ரூபாய் கட்டுகளை எடுத்து தரையில் போட்டுவிட்டு, மீண்டும் கிழங்குச் சிப்பங்களை அறையின் மூலையில் தள்ளி வைத்தபடி இருந்தான். ரூபாய்க் கட்டுகளை எடுத்து, ரேக்குகளில் அடுக்கிக்கொண்டிருந்த கிருபாதான் மெதுவாகச் சிரித்தபடி பதில் கூறினான். “மாப்ள, அப்படித்தான். பள்ளிக்கூடக் காலத்துலயே, இந்தப் பூனையும் பால் குடிக்குமாங்குற மாதிரி அமுக்கமாதான் உட்கார்ந்திருப்பான். ஆனா கட் அடிச்சிட்டு எங்களை சினிமாக்குக் கூட்டிட்டுப் போறதே இவன்தான்.”

கிருபா பாண்டியின் பள்ளிக்கால சாகசங்கள் ஒவ்வொன்றாக சொல்லிக் கொண்டே கட்டுகளை அடுக்கினான். தனலெட்சுமி பாண்டியைப் பார்த்தபடி அவ்வப்போது சிரித்தாள். பாண்டி குனிந்த தலை நிமிராமல் கிழங்குகளில் இருந்து கட்டுகளைப் பிரிப்பதில் கவனமாக இருந்தான். கிழங்குச் சிப்பங்களை ஒவ்வொன்றாய் இழுத்து, கட்டியிருந்த முடிச்சுகளை அவிழ்த்து, பாண்டி பக்கம் தள்ளியபடி சரவணன் தனலெட்சுமியைப் பார்த்தபடி இருந்தான்.

ஒரு ரேக்கில் இருநூறு கட்டுகள் அடுக்க முடிந்தன. அடுத்த இரண்டு மணி நேரத்தில் மொத்தமுள்ள ஐந்து ரேக்குகள் பத்து கோடியை அடுக்கி லாக்கர் மாதிரி இருந்த கதவை மூடினர். அதற்கு மேல் ஏ.டி.எம். மெஷின் போன்ற கவரிங்கை மறுபடி

பொருத்தினர். நடுவில் தனலெட்சுமி அவர்களுக்கு ஒரு முறை டீ போட்டுக் கொண்டு வந்து கொடுத்தாள். வேலை முடிந்ததும், பாண்டி கைக்கடிகாரத்தைப் பார்த்தான். பனிரெண்டு மணி ஆகியிருந்தது. இன்னும் மறுபடி அட்டைப் பெட்டி போட்டு பேக் செய்யும் வேலை மட்டும் பாக்கி இருந்தது. கிருபா சரவணனிடம், "டேய், நீ போய் வண்டியை எடுத்துட்டு வா. நாங்க அதுக்குள்ள பேக் பண்ணிருவோம். இப்போ இங்கிருந்து வண்டியில் பாக்ஸை ஏத்தி, எங்காவது கிரிவலப் பாதையில் போட்டுவிட்டு, இரண்டு மணிக்குத் திருநகருக்குப் போகலாம்" என்றான். பாண்டி சற்று யோசித்தவனாக, "வழியில் பணத்தோடு ரோட்டில் நிற்க வேண்டாம். ஒண்ணரை மணிக்கு வண்டியை எடுத்துட்டு வந்து, இங்கே பணத்தை ஏத்திட்டு நேரடியாகத் திருநகர் போகலாம்" என்றான். கிருபாவிற்கும் அதுதான் சரியென்று பட்டது. "இன்னொரு டீ போட்டுக் கொண்டுவரவா?" என்று அவள் கேட்கும்போது, முன் அறையில் இருந்து தொடர்ச்சியான இருமல் சத்தம் வந்தது. தனலெட்சுமி, "இருங்க வாரேன்" என்று அவர்களைக் கடைசி அறையிலேயே இருக்கச் சொல்லிவிட்டு முதல் அறைக்குச் சென்றாள்.

சிறிது நேரத்தில், திரும்பி வந்தவள், "கிருபா, அத்தைக்கு இருமல் மருந்து தீர்ந்துபோயிருக்கு. பகல்ல கவனிக்கல. கோயில் வாசல்ல ஒரு மெடிக்கல் இருக்கும். போயி வாங்கிட்டு வந்துர்றேன். நீங்க இங்க இருங்க" என்று சேலையைச் சரிசெய்தபடி கிளம்பினாள். கிருபா, "அவ்ளோ தூரம் நடந்தா போற? இரு நாங்க வண்டியை எடுத்துட்டுப் போய் வாங்கிட்டு வந்த பின்னே பாக்ஸை ஏத்திக்கிறோம். இன்னும் நேரம் இருக்கு. என்ன மருந்துன்னு மட்டும் சொல்லு" என்று அவளிடம் மருந்தின் பெயரைக் கேட்டுக்கொண்டான். "மாப்ள, நீ பேக்கிங்கை முடிச்சு வச்சுக் காத்திரு. நானும் இவனும் போய் மருந்து வாங்கிட்டு வந்துர்றோம்." என்று பாண்டியிடம் கூறிவிட்டு, "டேய் வண்டியை எடு. பக்கத்துல ரெண்டு கிலோ மீட்டர்தான். போயிட்டு வந்துருவோம்" என்று சரவணனை அழைத்துக்கொண்டு வெளியில் கிளம்பினான். பாண்டி அட்டைப்பெட்டிகளை எடுத்து பணம் நிறைத்திருக்கும் டம்மி ஏ.டி.எம் பாக்ஸை பேக் செய்யத் துவங்கினான். அவள் பாண்டியைப் பார்த்தபடி நின்றிருந்தாள்.

காட்சி—23

கோயில் வாசலில் வண்டியை நிறுத்திவிட்டு கிருபா மருந்து பெயரைச் சொல்லிக் கேட்டு முடிக்கவும், "பக்கத்தில் எதும் பெட்டிக்கடை திறந்திருக்குமா?" என்று சரவணன் கேட்டான். "வலது புறம் முக்கில் ஒரு கடை திறந்திருக்கும்" என்று மெடிக்கல் கடைக்காரர் கூறிவிட்டு மருந்தை எடுக்க உள்ளே சென்றார். "எதுக்குடா பெட்டிக்கடை?" என்று கிருபா கேட்க, "நீ மருந்து வாங்கிட்டு இரு. நான் முக்கு வரை போய் ரெண்டு வாழைப்பழத்தைப் போட்டுட்டு வந்துர்றேன்" என்று கூறிவிட்டு வலதுபுறச் சாலையில் திரும்பி நடந்தான். அங்கே முக்கில், கடை திறந்திருக்கவில்லை. ஆனால் சற்றுத் தள்ளி பாலத்துக்கு அடியில் திருப்பரங்குன்றம் வழியாக திருநகர் செல்லும் செக்போஸ்டில் செல்கின்ற வண்டியை எல்லாம் போலீஸ் சோதனை போட்டுக்கொண்டிருந்தது. "வந்தது நல்லதாகப் போயிற்று என்று நினைத்துக்கொண்ட சரவணன் மீண்டும் மெடிக்கலுக்கு வந்து கிருபாவிடம் விஷயத்தைக் கூறினான். "வாழ்க்கைல முதல் முறையா உன் வயிற்றுப்பசியால ஒரு நல்லது நடந்துருக்குடா. நாம ஊருக்குள்ள இருந்து தியாகராஜர் காலேஜ் வழியா மூலக்கரை போய் அங்கருந்து திருநகர் போயிக்கலாம்" என்றான்.

"மருந்தை வாங்கிவிட்டுத் திரும்பியவர்கள், வண்டியை ரிவர்ஸ் எடுத்து மீண்டும் கிளப்புவதற்குத் தோதாக வீட்டை விட்டு சற்றுத் தள்ளி நிறுத்தினர். கிருபா வண்டிக்குப் பின்புறம் சென்று பார்த்தான். "டேய், நீ இந்த மருந்தை உள்ளே கொடுத்துட்டு, ஏ.டி. எம் பெட்டியைத் தூக்கிட்டு வா, நான் வேனுக்குள்ள சீட்டை மடக்கிப் போட்டு பாக்ஸ் வைக்கிறதுக்கு இடம் செட் பண்றேன்"

என்றான் கிருபா. சரவணன், "சரி மாமா" என்றவாறு மருந்து பாட்டிலை வாங்கிக்கொண்டு உள்ளே சென்றான். தலைவாசல் கதவு பூட்டியிருக்கும் என்று நினைத்தவன், லேசாகத் தட்டினான். அது சும்மா சாத்தியிருக்கவே, மெதுவாகத் திறந்தது. அவன் உள்ளே செல்லும்போது, வலதுபுற முன் அறையில் இருமல் சத்தம் நின்றிருந்தது. சமையல் அறையைத் தாண்டிய கடைசி அறை உள்கூடிப் பூட்டியிருந்தது. தட்டலாமா என்று யோசித்தவன், சரி வேண்டாம் என்று சற்று நேரம் அங்கேயே நின்றான். பின் திரும்பி வந்து வெளிக்கதவை மறுபடி சாத்திவிட்டு வண்டிக்குள் வந்தான். "என்னடா?" என்றான் கிருபா. "வெளிக்கதவு உள்ளே பூட்டியிருக்குடா. மொபைல்ல கூப்பிடு!" என்றான். கிருபா மொபைலில் தனலெட்சுமியை அழைக்க அவள் வந்து திறந்திருந்த கதவை மெதுவாகத் தள்ளி, மருந்து பாட்டிலை வாங்கிக் கொண்டு முதல் அறைக்குள் சென்றாள். பாண்டி கடைசி அறையில் பெட்டியை பேக் செய்து முடித்துக் காத்திருந்தான். சரவணன் உள்ளே சென்று ஏ.டி.எம். பெட்டியை முதுகில் தாங்கித் தூக்கினான். பாண்டி பின்னால் இருந்து பெட்டியைப் பிடித்துக் கொண்டான். இருவருமாகச் சேர்ந்து பெட்டியை வேனுக்குள் ஏற்றி பின் கதவை மூடினர். தனலெட்சுமி முன் அறையிலிருந்து வெளியே வந்து வாசலில் நின்றாள். கிருபா "கிளம்புகிறோம்" என்பது போலச் சிரித்தபடி கையை ஆட்டினான். அவள் பாண்டியைப் பார்த்தபடி கையசைத்தாள். டிரைவர் சீட்டுக்கு அருகில் நடுவில் பாண்டி அமர, கிருபா ஜன்னலோரமாக உட்கார்ந்தான். சரவணன் வண்டியைக் கிளப்பினான். அருகில் அமர்ந்திருந்த பாண்டியிடமிருந்து மசாலாப் பொடியின் நெடி அடித்ததை அவனால் உணர முடிந்தது.

காட்சி—24

திருநகர் 5வது நிறுத்தம் தாண்டி, ஆளரவமற்று இருந்த தெருமுனையில் தாரா வங்கியின் ஏ.டி.எம். செண்டர் இருந்தது. அதற்கு முன் சுற்றிலும் கம்பி வலை அடித்த பெரிய வேன் நின்றுகொண்டிருந்தது. ஏ.டி.எம். மெஷினில் பராமரிப்பு வேலை செய்பவர்களைப் போல, உள்ளே இருவர் நின்றுகொண்டிருக்க, அவர்களின் அருகில் பஞ்சாபகேசன் ஒரு ப்ளாஸ்டிக் சேரில் அமர்ந்திருந்தார். ஏ.டி.எம்.மின் வாசலில் மெட்டடோர் வேன் வந்து நின்றது. சரவணனும், பாண்டியும் உள்ளேயே அமர்ந்திருக்க, கிருபா இறங்கி ஏ.டி.எம்.முக்குள் சென்றான். வண்டி வந்து நின்றதைப் பார்த்த பஞ்சாபகேசன், அருகிலிருந்தவர்களில் ஒருவனை வேனில் இருக்கும் பணத்தைப் பார்த்துவிட்டு வரச் சொன்னார். அவன் மெட்டடோர் வேன் அருகே வந்தான். முன்னால் இருந்து பாண்டியும் இறங்கி கீழே வந்து, பின் கதவைத் திறந்து, அட்டைப் பெட்டியைப் பிரித்து, உள்ளே கதவைத் திறந்து காட்டினான். அவன் பத்து நொடிகள் அதைப் பார்த்துவிட்டு, பெட்டியை இறக்கி ஏ.டி.எம்.முக்குள் கொண்டு வரச் சொல்லிவிட்டு இறங்கினான். பாண்டி சரவணனை அழைக்க, அவன் வந்து பெட்டியை வேனின் பின்பக்க முனைக்கு இழுத்துக் கீழிறக்கி, முதுகில் ஏற்றி நடந்தான். பின்னால் தாங்கிப் பிடித்தபடி வந்த பாண்டி, எங்கே வைக்கணும் என்றான். முன்னால் சென்றவன் ஏ.டி.எம். அறைக்குள் சென்று வழக்கமாய் மெஷின் வைக்கும் இடத்துக்குப் பின்னால் உள்ளே ஒரு கதவைத் திறந்தான். உள்ளே ஒரு சிறிய அறையில் ஏதேதோ கம்யூட்டர் பாகங்கள் இரைந்து கிடந்தன. அறையின் ஓரத்தில் இருந்த காலியிடத்தில் பெட்டியை

இறக்கிவிட்டு, அவர்கள் வெளியே வந்தார்கள். வெளி ஏ.டி.எம். அறையில் அமர்ந்திருந்த பஞ்சாபகேசன் அவர்களை வெளியே காத்திருக்கச் சொல்லிவிட்டு உள்ளே சென்றார். அவர் உடனிருந்த மற்ற இருவரும் உள்ளே சென்று கதவை அடைத்துக்கொண்டனர். சுமார் பத்து நிமிடங்கள் கழித்து, மூவரும் வெளியே வந்தனர். “பணம் சரியா இருக்கு. இங்க வாங்க” என்று கம்பி வலை அடித்த வேனுக்குள் அழைத்துச் சென்றார் பஞ்சாபகேசன். அங்கே சக்கைப் பலகைகளில் அடித்து செய்யப்பட்ட நிறைய பெட்டிகள் இருந்தன. ஒவ்வொரு பெட்டியின் மீதும் ஒரு காகிதம் ஒட்டப்பட்டு, அதில் வரிசையாகச் சில எண்களும், வேறு சில விவரங்களும், அரசாங்க முத்திரையும் இருந்தன.

“இந்தாங்க, இதில் முன்னாடி இருக்க எட்டுப் பெட்டியை எடுத்துக்கோங்க” என்று கூறிய பஞ்சாபகேசன், அந்த எட்டுப் பெட்டிகளின் மீது ஒட்டியிருந்த காகிதத்தைக் கிழித்து எடுத்தார். பாண்டி, ஒரு பெட்டியின் மேல் சக்கையை இழுத்து உடைத்தான். உள்ளே அடுக்கி வைக்கப்பட்ட சலவைத் தாள்கள் சவ்வு மிட்டாய்க் கலரில் மின்னின. “என்னப்பா செக் பண்ணணுமா. நிதானமாப் போய் வீட்டுல வச்சு செக் பண்ணுங்க. ரிசர்வ் பேங்குல இருந்து சுடச்சுட வருது. கணக்கெல்லாம் சரியாத்தான் இருக்கும். டவுட்னா இந்த பேப்பரைப் பாரு, ஒரு பெட்டிக்கு எந்த சீரியல் நம்பர்ல இருந்து எந்த சீரியல் நம்பர் வரை இருக்கு. மொத்தம் எத்தனை தாள் எல்லா விபரமும் இருக்கும்” என்றார் பஞ்சாபகேசன். “அதுக்கு இல்லீங்க சார்” என்று பாண்டி சொல்லிக்கொண்டிருக்கும்போது, பின்னால் இருந்த கிருபா அந்தக் காகிதங்களை வாங்கிப் பார்த்தான்.

“சார், இதை நாங்க கொண்டு போகலாமா?”

“ஓரிஜினல் நான் சப்மிட் பண்ணணும்பா. வேணும்னா, நம்பரைக் குறிச்சுக்கோ”

“சரி சார், பேனா பேப்பர் வண்டி பேனட்டுல இருக்கு. அங்க வச்சு எழுதிட்டு வாரேன்” என்று கூறிவிட்டு அங்கிருந்து நகர்ந்தான். வேன் பேனட்டில் பேனா எடுப்பதைப் போலச் சென்று காகிதங்களில் இருப்பதை எழுதிக்கொள்ளும் பாவனையில், வேனின் டிரைவர் சீட்டுக்கு அருகே வைத்து தனது மொபைலில் போட்டோ எடுக்கலாம் என நினைத்து இரண்டடி கூட எடுத்து

வைத்திருக்க மாட்டான். பஞ்சாபகேசன் கிருபாவை அழைத்து "என்ன தம்பி அங்க போய் போட்டோ எடுக்கப் போறியா? அந்தக் கவர் ஸ்லிப்போட காப்பி ஒண்ணு வெளியே வந்தாலும் எனக்கொண்ணும் பிரச்சனையில்லை. அந்த சீரியல் நம்பர் நோட்டு எல்லாம் காணாமல் போச்சுன்னு ப்ரீவியஸ் டேட்ல ஒரு எஃப். ஆர். ஃபைல் பண்ண மாதிரி செட் பண்ணிட்டு, இவனைப்போய் பிடிங்கன்னு துப்பும் கொடுத்துட்டு வந்துருவேன். நேரா உன் வீட்டுக்குத்தான் காவலாள் வருவாங்க, பார்த்துக்கோங்க" என்று சொல்லிவிட்டுச் சிரித்தார். கிருபா, "இல்ல சார், சந்தேகம் வேணாம், இங்கேயே நம்பரைக் குறிச்சிக்கிறேன்" என்று கூறி, அருகில் நின்றிருந்தவனிடம் பேனாவும் பேப்பரும் வாங்கி அங்கேயே குறித்துவிட்டு அவரிடம் காகிதங்களை ஒப்படைத்தான். பின்பு மூவருமாய் சேர்ந்து, எட்டு பெட்டிகளையும் மெட்டடோர் வேனுக்கு மாற்றிவிட்டு வண்டியைக் கிளப்பினர். திருநகரில் இருந்து வெளியே வந்ததும், கிருபா பாண்டியிடம் கேட்டான்.

"அடுத்து என்ன மாப்ள?"

"மறுபடியும் அவுங்க வீட்டுலயே போய், புது நோட்டை இறக்கிருவோம். கொடைக்கானல் முதலாளிட்ட கேட்டு, அவங்க கொண்டு வரச் சொல்லும்போது அவுங்க சொல்ற இடத்துல கொண்டு போய்ச் சேர்க்கணும். அவ்வளவுதான்."

கிருபா யோசித்தான். "இல்ல மாப்ள, திருப்பி அதே இடத்துல கொண்டு போய் வைக்கிறது ரிஸ்க். நீ முதலாளிக்கு போனைப் போட்டு நாமளே நோட்டை மாத்திட்டோம்னு விவரத்தைச் சொல்லு. அப்புறம் முடிவு பண்ணிக்கலாம்."

"ம்ம்ம்.., சரி மாமா" என்று கொடைக்கானல் முதலாளிக்கு போனை அடித்தான். எதிர்முனையில் புகழேந்தி "சொல்லுங்க பாண்டி, என்ன இந்த நேரத்துல?" என்றார்.

"அண்ணே, 100 சிப்பம் கிழங்கும் விலைபோயிருச்சுண்ணே. எப்ப கணக்கு செட்டில் பண்ணணும் சொன்னீங்கன்னா அதுபடி செய்யலாம்."

"சந்தோஷம். திருப்பி லோடு வண்டில போட்டுவிடாதீங்க. வேற வழியில கொண்டு சேர்க்க முடியுமா பாருங்க."

"சரிங்கண்ணே, எப்பண்ணே கொண்டு வரட்டும்."

"எவ்ளோ சீக்கிரம் முடியுமோ அப்போ" என்று கூறிவிட்டு புகழேந்தி அழைப்பைத் துண்டித்தார்.

பாண்டி, அவர் சொன்ன விஷயத்தை கிருபாவிடம் கூறினான். கண்ணை மூடி சிறிது நேரம் யோசித்த கிருபா, "சரவணா, வண்டியைத் திருப்பு. திருப்பரங்குன்றம் திருப்பிப் போக வேண்டாம். மதுரைக்குள்ளயும் அங்கங்க ரெய்டா இருக்கு. பசுமலை பைபாஸ் வழியா வத்தலக்குண்டு போய் கொடைக்கானல் கொண்டு போயிடலாம். பாண்டி, இன்னிக்கு நைட்டே கொண்டு போய் கொடுத்துடுவோம் மாப்ள."

"சரியா வருமா மாமா?"

"தெரியல மாப்ள, இதுலயும் ரிஸ்க் இருக்கு. ஆனா இருக்கதுல இதுதான் நல்ல வழியாத் தோணுது."

"அப்ப சரி" என்று அரை மனதாகத் தலையாட்டிய பாண்டி எதையோ யோசித்தபடி வந்தான். முதலில், மீண்டும் தெற்குத் தெருவிற்கு தனலெட்சுமி வீட்டுக்குப் போகப் போவதில்லை என்பது ஏமாற்றமாய் இருந்தது. பின் அந்த நினைப்பை தூக்கிப் போட்டுவிட்டு, செய்ய வேண்டிய காரியத்தில் மனதை செலுத்தினான். லோடு லாரியில் ஏற்றிவிட வேண்டாம் என்று கொடைக்கானல் முதலாளி சொல்கிறார் என்றால் அதிலும் ரிஸ்க் இருக்கிறது என்று அர்த்தம்... எப்படி வேறு வழியில் பணத்தைக் கொண்டு சேர்க்கலாம் என்று யோசித்தான். அன்று இரவு கொடைக்கானலில் இருந்து மதுரைக்கு காய்கறி லோடு ஏற்றிவந்த ஒரு டிரைவரை மொபைலில் அழைத்தான்.

"அண்ணே சிம்மக்கல் பழக்கடை பாண்டி பேசுறேன். கொடைக்கானல் ரூட் எப்படியிருக்குண்ணே. நேத்து மலைல கல்லு சரிஞ்சு டிராஃபிக் ஜாம்னு சொன்னாய்ங்க."

"இல்ல தம்பி, அது காலைல மலையேறும்போதுதான் கொஞ்சம் லேட் ஆச்சு. திரும்பி வரும்போது ஒண்ணும் பிரச்சனையில்லயே."

"அப்போ வெரசா நேரத்துக்கு வந்துட்டீங்களா?"

"அட அதை ஏன்ப்பா கேக்குற. யாரோ பெரியாளுக மலைக்கு வர்றாங்க போல. டம்டம்பாறைல ஒவ்வொரு வண்டியா செக் பண்ணிதான் அனுப்புறாங்க. அதுல காத்துக் கிடந்ததுதான் கடுப்பாயிடுச்சு."

“ஓ அப்படியாண்ணே, சரிண்ணே.”

“என்னப்பா விஷயம்?”

“ஒண்ணுமில்லண்ணே, நமக்கு வர்ற லோடு ரொம்ப லேட்டாகுது. அதுக்குத்தான் விவரம் கேட்டேன். சரிண்ணே வச்சுர்றேன்.”

கொடைக்கானல் மலையேறும் பாதி வழியில் செக்கிங் நடக்கிறது என்பது உறுதியானது. வேறு என்ன செய்யலாம் என்று யோசித்தவனுக்கு அடுத்த ஐடியா தோன்றியது. உடனே ஏலக்காய் ஏற்றிவிடும் குணசேகரனுக்கு போன் அடித்தான். இரண்டு முறை அழைத்தும் அவன் போனை எடுக்கவில்லை. வண்டி நிலக்கோட்டையைத் தாண்டிச் சென்று கொண்டிருந்தது.

கிருபா, “என்ன மாப்ள?” என்றான்.

“கெங்குவார்பட்டி வழி கொடைக்கானல் மலை ஏறுறது ரிஸ்க் மாமா. வழில செக்கிங் நடக்குதாம்.”

“சரி அப்படின்னா, நீ சொன்னபடி வண்டியைத் திருப்பிடுவோம். ரெண்டு மூணு நாள் தனலெட்சுமி வீட்டுலயே போட்டுவச்சிட்டு பிறகு வேற வழி யோசிக்கலாம்.”

பாண்டிக்கு ஒரு நொடி அந்த யோசனை சரியென்பதைத் தாண்டி, தனலெட்சுமியை அன்றிரவு மீண்டும் பார்க்கப் போகலாம் என்பதை நினைத்துச் சிலிர்ப்பாய் இருந்தது. பின் சற்று நேரம் அமைதியாய் இருந்தான். வண்டியை ஓட்டிக்கொண்டிருந்த சரவணன், இருவரையும் பார்த்தான். அவர்கள் ஒன்றும் சொல்லாததால் பேசாமல் சாலையில் கவனம் வைத்தான்.

வண்டி நிலக்கோட்டையைத் தாண்டி, வத்தலக்குண்டு எல்லையை அடைந்ததும் பாண்டி, “டேய், வழக்கமா நிறுத்துற மோட்டலுக்குப் போக வேண்டாம். ஊருக்கு முன்னயே ஏதாவது கடையாப் பார்த்து நிறுத்தி, டீ சாப்பிடுணும்னா சாப்ட்டுக்கோ” என்று சரவணனிடம் கூறினான். அவன் சரி என்று தலையசைத்து, அடுத்து தெரிந்த ஒற்றை டீக்கடையாய்ப் பார்த்து வண்டியை ஓரம் கட்டினான். மூவரும் சிறுநீர் கழித்துவிட்டு வந்து டீ ஆர்டர் செய்தார்கள். மீண்டும் தனலெட்சுமி வீட்டுக்குச் சென்று புதிய ரூபாய் நோட்டுகளை வைக்கலாமா என்று யோசித்தபடியே டீயைக் குடித்துக்கொண்டிருந்தான் பாண்டி. அப்போது அவனது

மொபைல் அடித்தது. பெயரைப் பார்த்துவிட்டு உற்சாகமானவன், "குணா, எப்படிய்யா இருக்க?"

"நான் நல்லா இருக்கேன்யா. என்ன ஏதாவது அவசர ஜோலியா?"

"ஆமாய்யா. நீங்க ஏலக்காய் எடுத்து வர்ற கழுதைப் பாதைல பெருமாள் மலைக்கு லோடு ஏத்தலாமா, இல்ல மழைல பாதை ஏதும் சரிஞ்சிருக்கா?"

"பெருசா சரிவு ஒண்ணும் இல்லய்யா. லோடு போக வரத்தான் இருக்கு."

"சரி, இப்போ நான் அங்கதான் வாரேன். விடிகாலைல லோடு ஏத்தலாமா?"

"எத்தனை மூட்டை?"

"தெரியலய்யா. அங்க வந்துதான் பிரிச்சுக்கட்டணும். ஒரு பத்திருவது சாக்கு மூட்டையும், கோவேறு கழுதைகளும் ரெடி பண்ணி வை."

"உருப்படிக நம்ம கைவசமே இருக்கு. என்ன லோடு ஏத்திட்டுப் போகணும்?"

"புதுசா பஞ்சுமிட்டாய் வந்திருக்கு குணா, அதத்தான் கொஞ்சம் மூட்டை ஏத்தணும்."

"நீ சொன்னா பாறாங்கல்லே ஏத்தலாம், பஞ்சுமிட்டாய் ஏத்த மாட்டோமா!"

பாண்டி, "கொஞ்சம் ரிஸ்க் இருக்கு குணா" என்றான்.

மறுமுனையில் குணா சற்று நேரம் அமைதியானான். பின்பு, "சரி நீ வாய்யா! காலைல ஏத்த வேணாம். நாளைக்கு ராத்திரிக்கு ஏத்திவிடலாம்." என்றதும்,

"சரி, நாய்களைப் பிடிச்சுக் கட்டிவை. இன்னும் ஒரு மணி நேரத்துல நான் அங்க இருப்பேன்." பேசி முடித்த பாண்டி, துள்ளலாக வேனில் ஏறி அமர்ந்தான்.

காட்சி—25

“சரவணா, வண்டியை நேரா பெரியகுளத்துக்கு விடு. அங்கருந்து கழுதைப் பாதை வழியா மலைக்குப் பணத்தைக் கொண்டு போயிடலாம்,” என்றான் பாண்டி. அவன் போனில் பேசிக் கொண்டிருந்தபோதே, கிருபாவிற்கு பாண்டியின் ஐடியா விளங்கிற்று. அது நல்ல வழிதான் என்று அவனுக்கும் தோன்றியது. வண்டி ஓட்டச் சொன்னால் எத்தனை நாட்கள் வேண்டுமானாலும் சளைக்காமல் ஓட்டக்கூடியவன் சரவணன். அதனால் அவனும் உற்சாகமாக வண்டியில் ஏறினான். வத்தலக்குண்டுவில் இருந்து பெரியகுளம் செல்லும் சாலையில் வேன் வேகமெடுத்துப் பறந்தது. அடுத்த முக்கால் மணி நேரத்தில் பெரிய குளம் ஊருக்கு முன்பாகவே, மலையடிவாரத்தில் மாந்தோப்புக்குள் இருந்த குணசேகரனின் தோட்ட வீட்டை அடைந்தனர். முன்பக்கம் கூரை வேயப்பட்ட ஓட்டுக் கட்டிடத்தின் முன்னே இரண்டு சிப்பிப்பாறை நாய்கள் கட்டிப் போடப்பட்டிருந்தன. நீட்டுப்போக்கான உடல்வாகும், விடைத்த காதுகளும், ஒற்றிய வயிறும், நீளமான வாலும் கொண்ட வேட்டைக்காரர்களைப் போல நாய்கள் இரண்டும் கம்பீரமாக நின்றுகொண்டிருந்தன. வேனின் ஹெட்லைட் வெளிச்சத்தை அருகில் பார்த்த அடுத்த நொடி குரைக்க வேண்டுமா என்பதுபோல் திண்ணையில் படுத்தபடி வேனைப் பார்த்துக்கொண்டிருந்த குணசேகரனைப் பார்த்தன. அவன், “ஷ்ஷ்” என்று தன் வாயில் ஆள்காட்டி விரலை வைத்து அமைதி என்பது போல் சைகை காட்ட அப்படியே வேனைப் பார்த்தபடி நின்றன. வேனில் இருந்து இறங்கிய பாண்டி, கிருபாவையும், சரவணனையும் குணாவிற்கு

அறிமுகப்படுத்தி வைத்தான். குணா மூவரையும் உள்ளே வரச் சொல்லிவிட்டு, நாய்களின் சங்கிலியை அவிழ்த்துவிட்டு வீட்டுக்குள் சென்றான். பாண்டியும், கிருபாவும் செல்லும்போது அமைதியாக இருந்த நாய்கள் சரவணன் உள்ளே செல்லும்போது வேகமாக வாலை ஆட்டிக் கொஞ்சின. அவன் அவற்றின் நெற்றியில் தடவிக்கொடுத்துவிட்டு உள்ளே சென்றான்.

பாண்டி, "ஒண்ணுமில்ல குணா, கொடைக்கானல் முதலாளிக்காக ஒரு வேலை. அதான் உன் உதவி தேவை" என்று மேலோட்டமாக விஷயத்தைச் சொன்னான். "நீ கேட்டு நான் இல்லைன்னு சொல்ல முடியுமாய்யா. ஒண்ணும் பிரச்சனையில்லை. மூட்டையை நல்லா கனமாப் போட்டு, கோவேறு கழுதைகள்ல கட்டிவிட்டு, பின்னால இந்த ரெண்டு நாய்களையும் சேர்த்துக் கிளப்பிவிட்டா நேரா பெருமாள்மலை இடுக்குக் கீழே உள்ள பேரித் தோப்புக்குள்ளதான் போய் நிக்குங்க. நடுவுல ஒருத்தர் கழுதைகளைத் தொட்டாலும், குறைஞ்சது ரெண்டு கிலோ தொடைக்கறியை இழந்துட்டுத்தான் அடுத்த அடி எடுத்து வைக்க முடியும். நாம கண்ணை மூடிட்டு அதுக பின்னால போனாலும் சரி. இல்ல அதுகளை அனுப்பிட்டு ரோட்டு வழியா கெங்குவார்பட்டி, பண்ணைக்காடு, மச்சூர் வழியா பெருமாள் மலை பேரிக்காட்டுக்குள்ள வந்து நின்னாலும் சரி. கழுதைகளும், நாய்களும் கரெக்ட்டா போய்ச் சேர்ந்துருங்க."

"இல்ல மேட்டர் கொஞ்சம் ரிஸ்க். நாம கூட போகலாம்" என்றான் பாண்டி.

குணா, சரவணனைப் பார்த்தவாறு, "ஏழாயிரம் அடி உயரம்ய்யா. எல்லாரும் ஏறி வந்துருவீங்களா?" என்றான்.

பாண்டியும் சரவணனைப் பார்த்தான். அருகில் இருந்த கிருபா மெதுவாக, "சரவணா, நீ வண்டியை எடுத்துட்டு ரோட்டு வழியா பெருமாள் மலைக்கு வந்துர்றியாடா? நாங்க மலையேறி வந்துர்றோம்."

"அதெல்லாம் நானும் ஏறிருவேன்டா" என்றதும் "அப்புறம் என்ன, இவ்வளவு நம்பிக்கையா சொல்றீங்கள்ல நண்பா. நடுவுல சொணங்குனாலும் கழுதைல அள்ளிப்போட்டுக்கொண்டு போயிருவோம். கவலப்படாதீங்க" என்று நம்பிக்கையூட்டினான் குணா.

குணாவின் கழுதைகள் மீதும், நாய்கள் மீதும் பாண்டிக்கு ஏற்கனவே முழு நம்பிக்கை இருந்தது. இப்போது குணா விளக்கிச் சொன்னதும் கிருபாவிற்கும் திருப்தியானது. சரி மறுநாள் போகும்வரை பெட்டிகளை வண்டியில் வைக்காமல், அப்போதே சாக்குப்பைக்குள் பிரித்துக் கட்டிவிடலாம் என்று குணாவிடம் கூறிவிட்டு, பாண்டியும், கிருபாவும் வெளியே வேன் அருகே வந்தனர். அவர்கள் வேனை நெருங்கியதும், வாசலில் நின்றிருந்த இரண்டு நாய்களும் வேன் நிற்கும் இருபதடி தூர இடைவெளியை ஒரே தாவாகப் பறந்து வந்து அவர்களை மறித்து நின்றன. கிருபாவுக்குக் குலை நடுங்கிவிட்டது. “பாஸ் இங்க வாங்க!” என்று குணாவை அழைக்க, அவன் பின்னால் வந்து அவற்றை திண்ணைக்குப் போகும்படி சைகை செய்தான். அவை அமைதியாக வாசலுக்குத் திரும்பி அங்கிருந்த சரவணனிடம் வாலாட்டியபடி நின்றன.

அனைவரும் ஆளுக்கு இரண்டு பெட்டிகளைத் தூக்கி வீட்டுக்குள் கொண்டு வைத்தனர். சக்கைப் பெட்டிகளை உடைத்து சலவைத் தாள் கட்டுகளை எடுத்து வெளியே கொட்டவும், வீட்டில் நிறைந்திருந்த ஏலக்காய் வாசனையோடு புதுத் தாளும் அச்சு மையும் சேர்ந்த விநோத வாசனை அவர்கள் மூக்கைத் துளைத்தன. “இதுதான் இனி எல்லோரையும் பைத்தியமாக்கப் போற புது பிசாசா!” என்று ஒரு கட்டு நோட்டை இடது கையில் எடுத்து வலது உள்ளங்கையில் லேசாகத் தட்டினான் குணா.

அடுத்த அரை மணி நேரத்தில், எட்டு பெட்டிகளில் இருந்த மொத்தப் பணமும், உள்பக்கம் மழைக் காகிதங்கள் வைத்துத் தைக்கப்பட்ட, தண்ணீர் புகாத கனமான சாக்குப்பைகளில் மூட்டை கட்டி முடிக்கப்பட்டன. வேலை முடிந்ததும் பாண்டி கைக்கடிகாரத்தில் மணியைப் பார்த்தான். அதிகாலை நான்கரை மணியாகி இருந்தது. ”சரி, எல்லோரும் கொஞ்ச நேரம் தூங்குங்க. காலைல ஒத்த மரக்கள்ளும், பல்லு போடாத இளங்கெடாக்குட்டி கறிச்சோறும் தயார் செஞ்சுத் தாரேன்” என்று கூறிவிட்டு, ஆளுக்கொரு கம்பளிப் போர்வையைக் கொடுத்தான் குணா. பாண்டியும் கிருபாவும் உள்ளே படுத்துக்கொண்டனர். குணா ஒரு திண்ணைக்கு வந்து படுக்க, அடுத்த திண்ணையில் நாய்களைத் தடவிக் கொடுத்தபடி சரவணன் அமர்ந்திருந்தான்.

“என்ன நண்பா, தூக்கம் வரலியா?” என்று குணா கேட்டதும், “தூக்கம் எப்படி வரும். பசிதான் உயிர்போகுதே!” என்ற சரவணன் “பாஸ், ஊருக்குள்ள ஓட்டல் ஏதாவது திறந்திருக்குமா?” என்று குணாவிடம் கேட்டான். குணா, “பக்கத்துல இன்னேரத்துக்குத் திறந்திருக்காது. காலைல டீக்கடை திறக்கவும் இன்னும் நேரமிருக்கு” என்றான். சரவணன் வயிற்றைத் தடவியபடி இருக்க, “ஐயோ, வந்தவங்களை சாப்பிட்டீங்களான்னு கூட கேக்கல பாருங்க. கேப்பக்களி இருக்கு, சாப்பிடுவீங்களா?” என்றான். “இப்ப இருக்க பசிக்கு உங்க கையைக் கொடுத்தாலும் சாப்பிடுவேன்” என்றான் சரவணன். குணா உள்ளே வீட்டுக்குள் சென்று பாண்டியையும், கிருபாவையும் சாப்பிட வரும்படி அழைத்தான். அவர்கள் வேண்டாம், காலையில் பார்த்துக்கொள்ளலாம் என்று தூக்கத்தைத் தொடர்ந்தனர். குணா ஒரு மண் சட்டியில் மூன்று பெரிய களி உருண்டைகளைப் போட்டு, ராத்திரி மீதமாயிருந்த தயிர் அனைத்தையும் அதன் மேல் ஊற்றி, தொட்டுக்கொள்ள ஒரு சிறிய மண் தட்டில், சுட்ட கருவாடும், வறுத்திருந்த மோர் மிளகாய்களையும் கொண்டு வந்து வைத்தான். அதனைப் பிரசாதம் போல் பயபக்தியுடன் வாங்கிக்கொண்டான் சரவணன். களி உருண்டைகள் அனைத்தையும், தயிரில் கரைத்துக் கூழாக்கி, திண்ணைக்குக் கீழிருந்த நாய்க்குரிய சாப்பாட்டுத் தட்டில் கொஞ்சம் ஊற்றி, அவை கூழை குடிப்பதைப் பார்த்தபடி இருந்தான். பின் நிறுத்தி நிதானமாக மண்சட்டியில் கரைத்திருந்த கூழ் மொத்தத்தையும் சட்டியை வழித்துக் காலி செய்துவிட்டு, நிம்மதியாகத் திண்ணையில் படுத்தான். அடுத்த இரண்டாவது நிமிஷத்தில் அவனிடமிருந்து சன்னமான குறட்டை ஒலி கேட்டது.

காட்சி—26

சூரியன் மறைந்து இருட்டத் துவங்கிய பிறகு, குணா மலையேறுவதற்கான வேலைகளைத் துவங்கினான். ஓட்டின் உள்பக்கக் கூரையில் செருகியிருந்த பெரிய புகையிலைப் பொட்டலத்தை எடுத்தான். அனைவருக்கும் ஆளுக்குக் கொஞ்சம் கொடுத்துவிட்டுத் தனக்கும் எடுத்துக் கொண்டான். "வழில ஏலத் தோட்டங்கள்ல அட்டைப்பூச்சி நெறைய கெடக்கும். கை கால் கழுத்துல புகையலையைத் தேய்ச்சுட்டா அட்டை அண்டாது" என்றதும் மற்ற மூவரும் சரி என்று தேய்த்துக்கொண்டனர். பின்பு பின் கொட்டிலில் இருந்த கோவேறுக் கழுதைகளைக் கூட்டி வந்து வீட்டின் முன் நிறுத்தினான். முதல் கழுதையின் முதுகில் சுமைதூக்கும்போது போடும் கயிறுடன் கூடிய விரிப்பை விரித்து, பணக்கட்டுகள் உள்ள சாக்குப் பைகளை அந்த விரிப்பின் மீது வைத்து இறுக்கிக் கட்டினான். ஒரு கழுதையில் குணா கட்டுவதைப் பார்த்த சரவணன் அடுத்த கழுதையைப் பிடித்துத் தானும் கட்டத் துவங்கினான். கிருபாவும், பாண்டியும் இன்னொரு கழுதை பக்கத்தில் போக, அது அவர்களைப் பின்னங்காலால் உதைத்தது. சரவணன் அவர்களைப் பார்த்துச் சிரித்தான். "உன்கிட்ட மட்டும் எப்படிடா நாய்கள், கழுதைகள் எல்லாம் உடனே ஒட்டிக்குது?" என்றான் கிருபா. "எனக்கு மனுஷங்ககிட்டதான் பிரச்சனை, விலங்குகள் எல்லாம் நம்ம இனம்தான்" என்று மூட்டையைக் கட்டிக் கொண்டிருந்த கழுதையின் நெற்றியில் தடவிக் கொடுத்தான் சரவணன். குணா சிரித்தபடி முடிச்சை இறுக்கிக் கட்டினான்.

எல்லா மூட்டைகளையும் கட்டி முடித்ததும் குணா, பாண்டியையும் கிருபாவையும் சட்டை, பனியனைக் கழற்றச் சொன்னான்.

"எதுக்கு குணா?"

"காரியமாத்தான் கழட்டிட்டு வாங்க."

இருவரும் சட்டை, பனியனைக் கழற்றிவிட்டு வெற்றுடம்போடு நின்றனர். கிருபாவின் உடல் குளிரில் நடுங்கியது. இருவரையும் கட்டிப் போட்டிருந்த நாய்களின் அருகில் அமரச் செய்து அவற்றைத் தடவிக் கொடுத்தபடி இருந்தான். அவை முதலில் பாண்டி மற்றும் கிருபாவின் பக்கம் திரும்ப மறுத்தன. பின் குணா அவற்றின் கழுத்தைப் பிடித்து அவர்கள் உடலுக்கு அருகில் கொண்டு வந்து அவற்றின் காதுகளில் ஏதோ சொன்னான். அவன் தடவிக் கொடுத்து அவர்களது அருகாமையில் அமர வைத்ததில் “இவர்கள் நம் ஆட்கள்” என்று உணர்ந்துகொண்ட நாய்கள் சிறிது நேரத்தில், சகஜமாகி வாலாட்டி அவர்களை நக்கிக் கொடுக்க ஆரம்பித்தன. "இனி ஒண்ணும் பயம் கிடையாது. இதுக உங்களுக்காக உயிரையும் கொடுக்கும்" என்றான். அதற்கு கிருபா, "ஏன் பாஸ், இன்னும் நல்லா மோப்பம் வேணா பிடிச்சுக்கட்டும். பேண்ட்டையும் வேணா கழட்டுட்டு நிக்கட்டுமா! பாண்டி உடம்புலயாவது எடுக்குறதுக்கு நல்ல வலுவான கறியிருக்கு. என்கிட்ட வெறும் எலும்புதான் இருக்கு" என்றான். குணா சிரித்தபடி "தேவையில்ல நண்பா. பழகிருச்சு" என்றான். "பாஸ், எதுக்கும் குண்டனையும் மோப்பம் பிடிக்க விடுங்க" என்றான் கிருபா. "அவர் வாசம்தான் இதுகளுக்கு முதல்லயே ஒத்துக்கிச்சே. அவர் ஏற்கனவே எங்காளுதான். உங்க ரெண்டு பேருக்குத்தான் பழக்கம் தேவைப்பட்டுச்சு" என்றான். இருவரும் மீண்டும் சட்டையை அணிந்துகொள்ள, குணா நாய்களை அவிழ்த்துவிட்டான். அவை கழுதைகளை இரண்டு மூன்று முறை சுற்றி வந்து, சாக்குப் பைகளை மோப்பம் பிடித்துக்கொண்டன. குணா, "மலையேறும்போது குளிர் தாங்க முடியாது. இதை வச்சுக்கோங்க" என்று ஆளுக்கொரு கம்பளிப் போர்வையைக் கொண்டுவந்து கொடுத்தான். குணா முதல் கழுதையை ஒரு தட்டுத் தட்டி விரட்ட அது பொதி மூட்டையைச் சுமந்துகொண்டு, அடிவாரத்திலிருந்து மலைக்கு ஏறும் ஒற்றையடிப் பாதையில் நடக்கத் துவங்கியது. அதனைப் பின்தொடர்ந்து மற்ற கழுதைகளும் செல்ல, சிப்பிப்பாறை நாய்கள் இரண்டும் பக்கத்துக்கு ஒன்றாக கழுதைகளை ஓட்டியவாறு உற்சாகமாக மலையேறின. வளர் பிறை நிலவொளி அடர்ந்திருந்த மரங்களின் ஊடாகப்பட்டுக் மலைக்காடெங்கும் வழிந்தது.

காட்சி—27

இரண்டு மணி நேர நடைப்பயணத்தில் அனைவரும் வியர்வையில் தொப்பலாக நனைந்திருந்தனர். சீரான மெதுநடையில் கழுதைகள் மேலே ஏறிக்கொண்டிருந்தன. அவை விடும் வெப்ப மூச்சுக் காற்று புகையாய் வெளிவந்து கொண்டிருந்தன. நாய்கள் இரண்டும் நாக்கில் எச்சில் வழிய இளைத்தபடி பக்கவாட்டில் ஓடிக்கொண்டிருந்தன. உடல் அதிர மூச்சுவாங்கியபடி நடந்து கொண்டிருந்த சரவணன், "இன்னும் எவ்வளவு தூரம் போகணும் பாஸ்" என்றான். "இன்னும் பாதி தூரம் கூட வரல. அதுக்குள்ள தவங்குறீங்களே!" என்றான் குணா.

"கொஞ்சம் உட்கார்ந்துட்டுப் போவோமா?"

"இன்னும் கொஞ்ச தூரம் ஏறிட்டா குறுக்க வெள்ளக்கவி அருவில இருந்து விழுற ஓடை போகும். அங்கே கொஞ்ச நேரம் படுத்து எந்திருச்சுட்டுப் போனோம்னா விடியுறதுக்குள்ள அடுக்கம் தாண்டி பெருமாள்மலை இடுக்குக்கு முன்ன இருக்க பேரித் தோட்டத்துக்கு போயிறலாம், வாங்க."

குணா சொல்லிவிட்டு முன்னால் நடக்க, மூவரும் அவனைப் பின்தொடர்ந்து சென்றனர்.

மேலே உச்சிமலையைப் பார்க்காமல் பக்கவாட்டு இருட்டில் மரங்களையும், குணா அவ்வப்போது அடித்துச் செல்லும் டார்ச் லைட் ஒளியையும், கண்ணாடி கோலிக்குண்டாய் ஒளிரும் நாய்களின் கண்களையும் பார்த்தபடி மெதுவாக மேலேறிக் கொண்டிருந்தனர்.

வெள்ளக்கவி அருவி கண்ணுக்குத் தெரியவும், அனைவருக்கும் களைப்பு நீங்கி உற்சாகம் வந்தது. வேகவேகமாய் எட்டு வைத்து அருவியை நோக்கி நடந்து சிறிது நேரத்தில் ஓடையை அடைந்தனர். இவர்களுக்கு வெகு முன்னால் சென்றிருந்த கழுதைகள் ஓடையோரம் நின்றபடி ஓய்வெடுத்துக்கொண்டிருந்தன. நாய்கள் இரண்டும், ஓடையை விட்டு விலகி இருந்த ஒரு மரத்தைச் சுற்றி சிறுநீர் கழித்துவிட்டு, காலை நீட்டி அமர்ந்தபடி நீளமான நாக்கை நீட்டி இளைப்பாறிக்கொண்டிருந்தன.

ஓடையில் நுரைத்துப் பொங்கிய தண்ணீர் முழங்கால் அளவு ஓடிக் கொண்டிருந்தது. ஒரு இருபது அடி நீளத்திற்கு ஓடையாய் ஓடிய நீர், இடதுபுறம் கீழே அதள பாதாளத்தில் அருவியாக விழுந்துகொண்டிருந்தது. மலைச்சரிவில் அந்தச் சிறிய இடம் மட்டும்தான் சமதளமாக இருந்தது. நால்வரும் உள்ளே இறங்கி முகம், கை கால்களைக் கழுவினர். மற்றவர்கள் குனிந்து கைகளில் அள்ளி நீரைக் குடிக்க, குணா அப்படியே ஓடையில் வாயை வைத்து நீரைப் பருகினான். இரவின் அந்தக் குளுமைக்கு ஓடிக்கொண்டிருந்த நீர், மேல்பரப்பில் ஐஸ்கட்டி குளிராகவும், உள்ளே சற்று வெதுவெதுப்பாகவும் தோன்றியது. அனைவருக்கும் வயிறு நிறைய நீர் நிறையவும், படுத்து ஓய்வெடுக்க உடம்பு ஏங்கியது. “இன்னும் எவ்ளோ நேரத்துல பேரிக்காட்டிற்குப் போவோம் குணா?” என்று பாண்டி கேட்டான்.

“பாதி தூரத்துக்கு மேல வந்துட்டோம் பாண்டி. இன்னும் அடுக்கம் அடர்வனம் ஒன்னைத் தாண்டிட்டா அடுத்து இரண்டு வளைவுகள் வரும். அது கழிச்சா பேரிக்காடுதான். இன்னும் கொஞ்ச நேரத்துல அந்த மலைக்குப் பின்னாடி போற நிலா திரும்பி இந்தப் பக்கம் வரும் வரைக்கும் இங்க படுத்து ஓய்வெடுத்துட்டு, மறுபடி நிலா வெளிச்சத்தில் கெளம்புனா அதிகாலைக்கு பேரிக்காடுதான். விடியுறதுக்கு முன்னாடி பெருமாள் மலைக்கு வண்டியைக் கொண்டு வரச் சொல்லி இருக்கேன். உங்களை வண்டில ஏத்திவிட்டுட்டு நான் இதுகளோட இந்த வழியாவே திரும்பிருவேன்.” குணா சொன்னதை மற்ற மூன்று பேரும் அமைதியாய்க் கேட்டுக்கொண்டார்கள். சற்று நேரத்தில் ஈரம் படியாத மரத்தடியாய்ப் பார்த்து ஆளுக்கொரு இடத்தில் கம்பளியைப் போர்த்தியபடி படுத்தார்கள். அவ்வளவுதூரம் மலையேறி வந்த அசதியில் குணாவும், பாண்டியும், கிருபாவும் நன்றாகத் தூங்கிவிட, சரவணன் புரண்டு படுத்தபடி இருந்தான்.

அவனுக்கு மீண்டும் பசியெடுக்க ஆரம்பித்திருந்தது. எழுந்து இங்குமங்கும் நடந்து கொடுத்தாலும், பசி நின்றபாடில்லை. ஓரளவிற்கு மேல் தண்ணீர் குடிக்கவும் ஒப்பவில்லை. இங்குமங்கும் சுற்றி, பக்கத்திலுள்ள மரங்களில் ஏதாவது பழங்கள் தென்படுகிறதா என்று பார்த்தான். நிலவொளி ஓடை மீதுதான் விழுந்துகொண்டிருந்ததே ஒழிய, சுற்றி அடர்ந்த இருளாக இருந்தது.

சற்று நேரம் ஓடையைப் பார்த்துக்கொண்டிருந்தவனுக்கு, அக்கரையில் நெருப்புத் துண்டுகள் மின்னுவது போலிருந்தது. அவை என்னவென்று சுதாரிப்பதற்குள் அந்தக் கரையில் தண்ணீர் குடித்துக்கொண்டிருந்த சிறுத்தை ஒன்று ஒரே பாய்ச்சலில் இக்கரையில் நின்றுகொண்டிருந்த கோவேறுக் கழுதை ஒன்றின் பின்பக்கக் கால்தொடையை முன்னங்காலால் பிடித்து இழுத்தது. கழுதை நிலை தடுமாறிக் கீழே சாய்வதற்குள் மரத்தடியிலிருந்து பாய்ந்து வந்த இரண்டு நாய்களும் சிறுத்தையின் குரல்வளையைப் பிடித்து இழுத்தது. நாய்கள் இழுத்த வேகத்தில் சிறுத்தை பின்னால் தண்ணீருக்குள் விழுந்து சடுதியில் மீண்டும் எழுந்து, கழுதையை மீண்டும் குறிவைத்தது. நாய்கள் கழுதையைக் காக்கும்பொருட்டு அதன் பக்கவாட்டில் நிற்க, சிறுத்தை இடப்பக்கம் அதிர்ச்சியோடு நின்றுகொண்டிருந்த சரவணனின் மேல் பாய்ந்தது. இரண்டு சிப்பிப்பாறை நாய்களும் அதே வேகத்தில் சிறுத்தையின் மீது பாய, சரவணன் விலகிக்கொள்வதற்கு முன், சிறுத்தையின் இடது முன்னங்கால் நகங்கள் அவனது வலது தோள்பட்டையிலிருந்து மார்பு வரை பிராண்டி அவனது சதை கிழிந்து தொங்கியது. சிறுத்தை அடுத்து பாய்வதற்காகப் பின் நோக்கி நகர்கையில், நாய்கள் இமைக்கும் நேரத்தில் முன்னேறி அதன் குரல்வளையை மீண்டும் கவ்விப் பிடித்தன. குரல்வளையைக் காத்துக்கொள்வதற்காக சிறுத்தை உடம்பை உதறியது. நாய்களின் கடி இன்னும் இறுகியது. கொஞ்சம் பின்னோக்கி நகர்ந்து தாக்கலாம் என்று எண்ணிய சிறுத்தை உடம்பைத் தன் பலம்கொண்ட மட்டும் உதறியபடி, ஓடையோரம் இரண்டு அடி பின்னால் நகர்ந்தது. இரண்டாம் அடியில் பின்னங்கால்களின் பிடி நழுவ, பாய்ந்தோடும் அருவியோடு அதலபாதாளத்தில் விழுந்தது. இவையாவும் பத்து இருபது நொடிகளுக்குள் நடந்துவிட்டன. நாய்களின் உறுமல் சத்தம் கேட்டுத் திடுக்கிட்டு குணாவும், பாண்டியும், கிருபாவும் எழுந்திருக்கும்போது, சிறுத்தை அருவினூடாக பாதாளத்தில் விழுந்துகொண்டிருந்தது. திரும்பிப் பார்த்தால்,

சரவணன் ரத்தவெள்ளத்தில் நின்றுகொண்டிருந்தான். சிறுத்தை அடித்திருப்பதை உணர்ந்த குணா, கழுதைகள் ஒன்றின் பொதியில் வைத்திருந்த மூலிகை இலைகளை வைத்து, காயம் பட்ட இடங்களில் சதையை ஒன்றுசேர்த்து அப்பினான். பின்பு தான் போர்த்தியிருந்த போர்வையை இரண்டாய்க் கிழித்துத் தண்ணீரில் முக்கி, சரவணனின் வலது தோள்பட்டையிலிருந்து இடதுபக்க இடுப்பு வரை முடிச்சிட்டுக் கட்டினான்.

அதன் பின்பு, அருகே இருந்த ஒரு சிறிய பாறையின் மீது சரவணனை உட்கார வைத்து ஓய்வெடுக்கும்படி கூறிவிட்டு, அடிபட்ட கழுதையின் பின்புறத்திலும் குணா அதே மூலிகைச் செடியை அரைத்துப் பூசிவிட்டான். அந்தக் கழுதையின் மீதிருந்த பொதியை இன்னொரு கழுதையில் ஏற்றினான். சற்று நேரத்தில் தன் உடலின் மேல்பாகம் முழுவதும் உயிர் போகின்ற அளவு வலியிருந்தாலும், ரத்தம் கசிவது நின்றிருப்பதை சரவணனால் உணர முடிந்தது. தன் அருகில் வாலாட்டியபடி நின்றுகொண்டிருந்த இரண்டு நாய்களையும் இடது கையால் தடவிக் கொடுத்தான். வலது கையை அசைக்க முடியவில்லை என்றாலும் தான் சாகப் போவதில்லை, இனி பிழைத்துக்கொள்வோம் என்ற நம்பிக்கை அவனுக்கு வந்தது. விரைவில் அவனுக்கு மீண்டும் பசியெடுக்க ஆரம்பித்தது. “சரி, இங்கே உட்கார்ந்து என்ன பண்ண, கிளம்பி மெதுவா மேல்மலைக்குப் போயிருவோம்” என்று அவன் சொன்னதும் மற்றவர்களும் ஆசுவாசமானார்கள். குணா நன்றாக இருந்த இன்னொரு கழுதையின் பொதியையும் வேறு ஒரு கழுதையில் ஏற்றிவிட்டு, அதன் மேல் சரவணனை ஏறிக்கொள்ளச் செய்தான். பாண்டியும், கிருபாவும் அருகில் இருந்து சரவணன் கழுதையின் மீது ஏறுவதற்கு உதவி செய்தார்கள். சரவணன் லேசாகச் சிரித்தபடி கழுதையில் ஏறி அமர்ந்தான்.

ஒற்றைப் பொதியைச் சுமந்த கழுதைகள் முன்னால் செல்ல, இரட்டைப் பொதியைச் சுமந்த கழுதைகள் நடுவிலும், அதற்குப் பின்னான கழுதையில் சரவணனும், அடிபட்ட கழுதை கடைசியிலும் செல்ல, மற்ற மூவரும் அவற்றைப் பின்தொடர்ந்தனர். இரண்டு நாய்களும் வழக்கம் போல பக்கவாட்டில் ஓடி வந்துகொண்டிருந்தன. அடுத்த இரண்டு மணி நேரத்தில் அடுக்கம் அடர்வனத்தைத் தாண்டி, அவர்கள் பெருமாள் மலைக இடுக்குக் கீழே இருந்த பேரிக்காட்டை அடைந்திருந்தனர்.

காட்சி—28

பேரிக்காட்டிற்கு அவர்கள் வந்தவுடன், அவர்களை அங்கேயே ஓய்வெடுக்கச் சொல்லிவிட்டு, குணா மேலே இடுக்குக்கு வந்தான். இன்னும் விடிந்திருக்கவில்லை. அவன் சொல்லியிருந்த ஃபோர் வீல் டிரைவ் ஜீப் தயாராக இருந்தது. இனிதான் பார்த்துக் கொள்வதாய்ச் சொல்லி டிரைவரை அனுப்பிவிட்டு, நிதானமாகக் கீழிறங்கி வந்தான். பின்பு, கழுதைகளின் முதுகில் கட்டியிருந்த கயிறை அவிழ்த்துச் சாக்குப்பைகளைக் கீழே வைத்தான். பாண்டி, கிருபா, குணா மூவரும் சேர்ந்து சாக்குப்பைகளை ஜீப்பின் பின்புறம் ஏற்றி தார்ப்பாய் போட்டுக் கட்டினர். சரவணன் இடுக்கில் சாலையோரத் திண்டில் அமர்ந்திருந்தான். அவனுக்கு வலி கணிசமாகக் குறைந்திருந்தது. அவனால் தன் வலது கையை அசைக்க முடிந்தது. குணா நிம்மதியாக உணர்ந்தான்.

“சரி, பார்த்துப் போயிட்டு வாங்க, நான் இதுகளோட அப்படியே கீழே இறங்கிருவேன்.” என்று ஜீப் அருகில் நின்றுகொண்டிருந்த பாண்டியிடமும், கிருபாவிடமும் குணா விடைபெற்றான். சற்று தள்ளி அமர்ந்திருந்த சரவணன், குணா அருகில் வந்தான். இரண்டு நாய்களும் அவன் காலைச் சுற்றியபடியே வாலாட்டிக் கொண்டிருந்தன. குணா சரவணனிடம் “பார்த்த ஒரே நாள்ல ரொம்ப வருஷம் பழகுன நண்பன் மாதிரி ஆகிட்டீங்க. காலைல போய் ஆஸ்பத்திரில காட்டி வைத்தியம் பார்த்துக்கோங்க நண்பா. வேலையை முடிச்சிட்டு சீக்கிரம் வாங்க, நம்ம இடத்துல ஒத்தப்பனைக் கள்ளும், பல்லுப் போடாத இளங்கிடாக்குட்டி கறிச்சோறும் உங்களுக்காகக் காத்திருக்கும்” என்று காயத்தில் படாமல் மெதுவாகக் கட்டிப்பிடித்தான். “கண்டிப்பா சந்திப்போம்

பாஸ்” என்று சரவணனும் கட்டிப்பிடித்துக் குணாவிற்கு விடைகொடுத்தான். குணா இடுக்கு வழியாகக் கீழே இறங்க, இரண்டு நாய்களும் பின்னால் திரும்பி சரவணனைப் பார்த்தபடியே குணாவைத் தொடர்ந்து சென்றன.

காட்சி—29

பாண்டி தாங்கள் பெருமாள் மலை வந்த விஷயத்தை முதலாளியை மொபைலில் அழைத்துச் சுருக்கமாகக் கூறினான். அதனைக் கொஞ்சம் வியப்புடன் கேட்ட புகழேந்தி, பெருமாள் மலையிலிருந்து கொடைக்கானல் தாண்டி பள்ளங்கிக்கு அடுத்து இருக்கும் தனது தோட்டத்தில் மூட்டையை இறக்கி வைத்துவிட்டு ஏரிக்கரையில் இருக்கும் தனது பங்களாவுக்கு வரும்படி கூறினார். ஏற்கனவே சிலமுறை கிழங்கு லோடு ஏற்றுவதற்காக அந்தத் தோட்டத்திற்குச் சென்றிருக்கிறான் பாண்டி. சரி கிளம்பி பள்ளங்கி போகலாம் என்று மூவரும் ஜீப்பிற்கு வந்தனர். சரவணன் டிரைவர் சீட்டிற்குச் செல்ல, பாண்டி அதனை மறுத்து தான் டிரைவர் சீட்டில் ஏறி அமர்ந்தான். சரவணனும், கிருபாவும் முன்னால் அருகருகே அமர, ஜீப் இடுக்கிலிருந்து கிளம்பியது. பள்ளங்கியிலிருந்து அட்டுவம்பட்டி செல்லும் பிரதான சாலையிலிருந்து விலகி, உள்ளே மலைச்சரிவில் இரண்டு கிலோமீட்டர் தூரத்தில் இருந்தது புகழேந்தியின் தோட்டம். மலையில் இருக்கும் நூற்றுக்கணக்கான அவரது தோட்டங்களில் அதுவும் ஒன்று.

நீண்ட கம்பி கேட்டுக்குப் பின் நின்றுகொண்டிருந்த வேலையாள், ஜீப்பைப் பார்த்ததும் கதவைத் திறந்துவிட்டு, “ஐயா சொன்னாங்க. வாங்க” என்று முன்னால் சைக்கிளில் சென்றான். தோட்டத்தை வகிடு எடுத்தது போல மண்சாலை நீண்டு சென்றது. சைக்கிளைத் தொடர்ந்து ஜீப்பை மெதுவாகச் செலுத்தினான் பாண்டி. மண்சாலைக்கு இருபுறமும், சரிவான மலைப்பகுதியில் நன்கு

செழித்த செம்மண் அமைந்திருந்தது அவனுக்குப் புத்துணர்ச்சியைத் தந்தது. இப்படி ஒரு மலைக்காட்டு விவசாயியாக ஆகத் தானே தன் தாத்தா வாழ்நாள் முழுதும் கமிஷன் வேலை பார்த்தார் என்று மனதிற்குள் நினைத்துக்கொண்டான்.

நான்கு ஏக்கர் இருக்கும் அளவான தோட்டம் அது. ஆனால் செம்மண் வாகும் நீர்வரத்தும் அற்புதமான விவசாய நிலத்தின் தன்மையைக் கொண்டிருந்தன. தோட்டமெங்கும் ஆங்காங்கே பாத்தி கட்டி, பீன்ஸ், உருளைக்கிழங்கு, வெள்ளைப்பூண்டு, கேரட் என்று பலதரப்பட்ட வெள்ளாமை நடைபெற்றுக் கொண்டிருந்தது. கீழே பள்ளத்தில் தோட்டத்தின் கடைசியில் உரப்பொருட்கள் வைப்பதற்கான சிறிய வைப்பறைக்கு முன் சைக்கிள் நிற்க, பாண்டி சைக்கிளுக்கு வலப்புறமாக ஜீப்பை நிறுத்தினான். ஜீப்பின் பின்பகுதியில், கழுதைகள் சுமந்து வந்த பணம் நிறைந்த சாக்குப்பைகள் தார்ப்பாயின் அடியில் பாதுகாப்பாக இருந்தன.

வேலையாள் சைக்கிள் ஹேண்ட்பாரில் தொங்கிக்கொண்டிருந்த மஞ்சள் பையிலிருந்த கொத்துச் சாவியை எடுத்து வைப்பறைக் கதவைத் திறந்தான். பாண்டியும், கிருபாவும் எதுவும் பேசாமல், மூட்டைகளை இறக்கி உள்ளே வைப்பறையின் ஓர் ஓரத்தில் உர மூட்டைகளுக்கு இடையே வைத்தனர். வேலையாள், “ஐயா உங்களை பங்களாவில் வந்து பார்க்கச் சொன்னாங்க” என்றான். பாண்டி சரியென்று தலையசைத்துவிட்டு ஜீப்புக்கு அருகில் வந்தான். சரவணன் சற்றுத் தள்ளிக் கீழே தெரிந்த பள்ளத்தாக்கை வியப்போடு பார்த்தபடி நின்றுகொண்டிருந்தான்.

வைப்பறையைப் பூட்டி சாவியை எடுத்தான் வேலையாள். பாண்டியின் மனதிற்குள் அதுவரை இருந்த படபடப்பு அடங்கி மிகப்பெரிய ஆசுவாசம் உண்டானது. அவனும் கிருபாவும் சரவணன் நின்றிருந்த இடத்திற்கு வந்தனர். பச்சையம் வீசும் பனிக்காற்றை மூவரும் ஆழந்து சுவாசித்தார்கள். அந்தக் குளிர்காற்று நுரையீரலின் ஆழம் வரைப் புகுத்தும் குளுமையை அவர்களால் உணர முடிந்தது. கிருபாவையும், சரவணனையும் பார்த்துப் பாண்டி லேசாகச் சிரித்தான். பாண்டியின் தோளில் லேசாகத் தட்டிக்கொடுத்தபடி கிருபாவும் சிரித்தான். இருவரும் சரவணை வலிக்காமல் கட்டிப் பிடித்தனர். பாண்டி ஜீப்பிற்கு வந்து வண்டியை ஆன் செய்தான். மற்ற இருவரும் ஏறிக்கொள்ள மலை

ஏற்றத்தில், பாண்டி ஃபோர் வீல் டிரைவை இயக்கிவிட்டு ஈரம் பதிந்திருந்த செம்மண் சாலை வழியாக லாகவமாகச் செலுத்தி மெயின் ரோட்டிற்கு வந்தான்.

ஏரிக்கரையோரம் இருந்த வேன் ஆலன் மருத்துவமனையில் சரவணனுக்குத் தேவையான சிகிச்சைகளைச் செய்தனர். கிழிந்திருந்த சதைகளைத் தைத்து, தேவையான மருத்துவ சிகிச்சைகள் முடிந்து சரவணன் வெளியே வர இரண்டு மணி நேரங்களாகியது. இருவரும் அதுவரை மருத்துவமனை வளாகத்திலேயே காத்திருந்தனர். பின்பு, அவனையும் ஏற்றிக்கொண்டு மூவருமாய், சுற்றி பேவர்ஸ் போடப்பட்டிருந்த ஏரிக்கரை சாலை வழியாக, கார்ல்டன் ஹோட்டலைத் தாண்டி இருந்த புகழேந்தியின் பங்களாவிற்கு ஜீப்பில் சென்றனர்.

காட்சி—30

பங்களாவிற்கு முன்பிருந்த புல்வெளியில் போடப்பட்டிருந்த குஷன் சேர்களில் மூவரும் அமர வைக்கப்பட்டிருந்தனர். எதிரே இருந்த சோஃபா புகழேந்திக்காகக் காத்திருந்தது. சுமார் பத்து நிமிடங்களுக்குப் பிறகு தூரத்தில் பங்களாவிற்குள் இருந்து புகழேந்தி வருவதைப் பார்த்ததும், மூவரும் சேர்களில் இருந்து எழுந்து நின்றனர். புகழேந்தி அருகில் வந்து, பாண்டியின் முதுகில் லேசாகத் தட்டிக்கொடுத்தபடி, “உட்காருங்க” என்றார். பாண்டி “வணக்கம்ண்ணே! என்றபடி நின்றிருக்க அவனுக்கு அடுத்து கிருபா நின்றிருந்தான். அவர் சோஃபாவில் அமர்ந்ததும், தானும் உட்காருவதற்காகக் குனிந்த சரவணன், மற்ற இருவரும் நின்றுகொண்டிருப்பதைப் பார்த்து தானும் அவர்களுக்குப் பின்னே நகர்ந்து நின்றான்.

“சும்மா உட்காருங்கப்பா” என்றார் புகழேந்தி. “இல்லண்ணே, இருக்கட்டும்” என்றபடி அவர் அடுத்துப் பேசுவதற்காகக் காத்திருந்தான் பாண்டி.

“ரொம்ப மகிழ்ச்சியா இருக்குப்பா. பல இடங்கள்ல கொடுத்திருந்தேன். நீங்கதான் முதல் ஆளா மாத்தி கொண்டு வந்திருக்கீங்க. ஏற்கனவே சொல்லி இருந்தேன்ல. இந்த ரூபாய் பெரிய மதிப்பில்ல. ஆனா கொஞ்சம் கௌரவப் பிரச்சனை ஆகிடுச்சு. இத்தனை பரம்பரையா இங்க செல்வாக்குள்ளவன்னு சொல்லிட்டு இருக்கோம். இன்னிக்கு வந்துட்டு நாளைக்குக் காணாமப் போற அரசியல்வாதிங்ககிட்ட கைகட்டி நிக்காம, நம்ம பசங்களை வச்சுத் தனியா விளையாண்டு பார்க்கலாம்னு

நினைச்சேன். பணம் போன சில இடங்களை மோப்பம் பிடிச்சுப் போய் அரசு அதிகாரமே கணக்குக்கு வராத கட்சி குடோன்ல கொட்டுனதும் நடந்துச்சு. உங்களுக்கும் கூட சில இடையூறுகள் வந்திருக்கலாம். அதெல்லாம் தாண்டி நம்ம பக்கத்து முதல் வெற்றியை நீங்க கொண்டு வந்திருக்கீங்க. ரொம்ப மகிழ்ச்சி. சொன்னபடி உங்களுக்குள்ள 30 சதவீதத்தை எடுத்துட்டு மீதியைத் தானே தோட்டத்துல போட்டுருக்கீங்க?"

"அண்ணே, அதான் உங்கட்ட சொல்லனும்னு இருக்கேன். மாத்துற இடத்துல இருபது பர்சண்ட் கொடுக்க வேண்டியதாப் போச்சு. மீதி பத்து பர்சண்ட் எங்களுக்குள்ளதை எடுக்காம மொத்தமா எட்டு கோடியைக் கொண்டு வந்து தோட்டத்துல வச்சுட்டோம்" என்று பணிவாகச் சொன்னான் பாண்டி.

"ஏன்யா?" என்று தலை நிமிர்ந்து பார்த்தார் புகழேந்தி.

"இல்லண்ணே, பத்து வருஷமா தொடர்ந்து உங்கட்ட காய்கறி, கிழங்கு லோடு எடுத்துத்தான் வளர்ந்திருக்கேன். ஒண்ணுமில்லாம வந்து நின்னவன் உங்களாலதான் இன்னிக்கு ஒரு ஆளா நிக்கிறேன். நீங்க போற போக்குல செஞ்ச சின்ன உதவி, எனக்கு வாழ்க்கையவே கொடுத்திருக்கு. அதே போல என்னோட சேர்ந்து, எனக்காக உயிரையும் கொடுக்கக்கூடிய என் நண்பர்களையும் தூக்கிவிடணும்னு பார்க்குறேன். நாங்க மூணு பேரும் சேர்ந்து அடுத்த உயரத்துக்கு அடி எடுத்து வைக்குறதுக்கும் நீங்கதான் கைதூக்கிவிடணும்."

"தம்பி, வியாபாரத்தில் செண்டிமெண்ட்டுக்கு இடம் கிடையாது என்பது என் கொள்கை. நீ ஒரு வேலை செஞ்சிருக்க. அதுக்குரிய கூலியை வாங்கிக்கோ. உதவின்னு என்ன வேணுமோ அதைத் தனியாக் கேளு."

"அண்ணே, எனக்குப் பிரிச்சு தெளிவாப் பேசத் தெரியல. உங்ககிட்ட வியாபாரம் பேசுற சத்தும் எனக்குக் கிடையாது. இந்த ஒரு கோடியும் உங்களோட பணம்தான். இதை உங்கட்ட சேர்ப்பிக்குறதுதான் முறை. இந்த கொடைக்கானல்ல ஏதோ ஒரு மூலைல காணி நிலமாவது வச்சு விவசாயம் பார்க்கணும்னு எங்க தாத்தன், அப்பனோட கனவு. அவங்க காலம் வரைக்கும் அது நடக்காமலே போயிருச்சு. இவன், பள்ளிக்கூடத்துலயே

முதல் மாணவனா வந்தவன். மேலே படிக்க வசதியில்லாம ஒரு புறம், சரியான வழிகாட்டுதல் இல்லாம இன்னொரு புறம் அப்படியே ஒடுங்கி இப்போ பலசரக்குக் கடைல பொட்டலம் போட்டுட்டு இருக்கான். இதோ இவன், இன்னிக்கு இவன் உயிரே போயிருக்கும். நண்பர்கள் சொன்னா சரியாத்தான் இருக்கும்னு எங்களோடயே நிக்கிறவன். எங்க உழைப்பை அங்கீகரிக்குற மாதிரி நீங்க சின்னதா ஒரு பார்வை பார்த்தீங்கன்னா, நீங்க பார்த்த இடத்துல நாங்க துளிர்விட்டு எழுந்திருச்சுவோம். அதுக்காக இனாமா வாங்குறதுக்கு மனசு வரல. அதான் உங்க காசையே உங்கட்ட கொடுக்குறோம். இந்த ரூபாய்க்குத் தகுந்த மாதிரி, தூரத்துல நீங்க பயன்படுத்தாமக் கெடக்குற ஏதாவதொரு கரட்டுக் காட்டைக் கொடுத்தீங்கன்னா, நாங்க செம்மை பண்ணி விவசாயம் பண்ணிக்குவோம்.

பாண்டி சொன்னதைக் கேட்டதும், புகழேந்தி சிரித்தபடி, “பலே ஆளுதாய்யா நீ. காசா வாங்காம, இடமா வாங்கி சொத்துச் சேர்க்கலாம்னு பார்க்குற?” என்றார்.

“ஐயோ இல்லிங்கய்யா. இது தலைமுறை தலைமுறையா எங்களைப் போல அடிமட்டத்துல இருந்து எந்திருச்சு வர நினைக்குறவங்களோட வாழ்நாள் கனவு, சொந்த நிலம். நீங்க மனசு வச்சா இப்போ எங்க காலத்துல அதை நிறைவேத்துறதுக்கு ஒரு வாய்ப்பு வந்திருக்கு. அதான் துணிஞ்சு கேட்டுட்டேன். தப்பா இருந்தா மன்னிச்சுக்கோங்கண்ணே!”

“வழக்கமா, இடத்தை விக்குற வழக்கம் எங்களுக்கு இல்ல. ஆனா நீ வெற்றிகரமா வேலை முடிச்சு வந்த தொழில் நேர்த்தியும், லாகவமாக நேரம் பார்த்துக் கேக்குற இந்தப் பணிவான முறையும் எனக்குப் பிடிச்சிருக்கு. தானமா வேணும்னா இப்பவே ஏதாவது ஒரு காட்டை எழுதிவைச்சிருவேன். ஆனால் உன் தன்மானத்தைச் சிறுமைப்படுத்த நான் விரும்பல. அதனால...”

அவர் நிறுத்திய இடத்தில், பாண்டிக்கு அடுத்து என்ன சொல்லப் போகிறாரோ என்று திக்திக்கென்று இருந்தது. புகழேந்தியின் மனதுக்குள் குதிரைப் பந்தய விளையாட்டின் அடுத்த சுற்றுக்கான ஜாக்கி தேர்வும், அவன் செலுத்த வேண்டிய குதிரையும் தயார் ஆகிவிட்டது. வெற்றிக்கான பணயத் தொகையை அவர் மனம் கணக்குப்போட்டது.

பாண்டி அவர் முகத்தையே பார்த்தபடி நின்றான். புகழேந்தி தொண்டையைச் செருமியபடி தொடர்ந்தார்.

“நீங்க இப்போ போயிட்டு வந்தீங்களே, அந்தத் தோட்டம் மொத்தம் நான்கு ஏக்கர். அவ்வளவு செழிப்பான, செம்மைப்படுத்துன விளைச்சல் காடு ஏக்கர் விலை இன்னிக்கு என்ன போகுது தெரியுமா?”

பாண்டி அமைதியாய் நின்றான். புகழேந்தி தொடர்ந்து விவரத்தைக் கூறினார்.

“ஒரு ஏக்கர் குறைஞ்சபட்சம் பார்த்தாலும், அஞ்சு கோடி போகும். மொத்தம் நான்கு ஏக்கர், இருபது கோடி. அந்தத் தோட்டத்தை முழுசா நான் உனக்குக் கிரயம் பண்ணித் தரேன். ஆனா அந்த தொகைக்கு ஈடா நீ எனக்கு ஒரு வேலை செய்து தரணும். முடியுமா?”

அவர் கூறிய விஷயங்களைக் கிரகித்துக்கொள்ளவே, பாண்டிக்குச் சில நொடிகள் ஆகின. பின் சுதாரித்தவனாய், “சொல்லுங்கண்ணே!” என்றான்.

“ஒண்ணும் பெரிய வேலை இல்லை. நீங்க இப்போ பழைய நோட்டைப் புது நோட்டா மாத்திக் கொண்டு வந்தீங்கல்ல. அதே வேலைதான். ஆனா தொகைதான் பெருசு. நூறு கோடி ரூபாய்.”

பாண்டி, கிருபா, சரவணன் மூவரும் கண்களை அகலத் திறந்தபடி சிலையாக நின்றனர். புகழேந்தி தொடர்ந்தார்.

“வேலையை ஒத்துக்கிட்டு வெற்றிகரமா முடிச்சுக்கொடுத்தா உங்க பங்கு பத்துக் கோடி வரும். ஆனா நான் இருபது கோடிக்குரிய சொத்தை எழுதித் தரேன். அதோட இப்போ இருக்க உங்க பங்கான ஒரு கோடியையும் காசாவே உங்களுக்குக் கொடுத்திருவேன். உங்களால பண்ண முடியும்னா வேலையை எடுத்துக்கோங்க. பின்புலத்துல உங்களுக்குத் தேவையான எல்லா உதவிகளையும் நான் செய்யுறேன். இல்லாட்டி, இப்போவே ஒரு கோடி ரூபாயை வாங்கிட்டு நீங்க கிளம்பலாம். யோசிச்சுச் சொல்லுங்க” என்று கூறிவிட்டு அவர் சோஃபாவிலிருந்து எழுந்து, பங்களாவை நோக்கிப் புல்வெளியில் நடக்கத் துவங்கினார்.

பாண்டி, கிருபா, சரவணன் மூன்று பேரும் நின்ற இடத்திலேயே நின்றனர். மூன்று பேரும் சேர்ந்து இந்த ஜென்மம் முழுதும் உழைத்தாலும் கிடைக்காத சொத்து. எத்தனை தலைமுறை கனவு. அதைத் தொட்டுப் பார்த்துவிட ஒரு வாய்ப்பு கிடைக்கும்போது வாழ்க்கையைப் பணயம் வைத்தாவது முயன்று பார்த்துவிடலாம் என்று மூவரின் மனதிற்குள்ளும் ஒரே சிந்தனைதான் ஓடிக்கொண்டிருந்தது. மூவரின் கண்களும் சந்தித்துக்கொண்டன. தங்கள் தலைமுறைக்கான மிக விலைமதிப்புள்ள விளையாட்டை ஆடிப்பார்க்கலாம் என்று ஒரு மனதாகத் தீர்மானித்தனர்.

“அண்ணே!” என்று பாண்டி அழைத்தான். சில அடிகள் நடந்து போயிருந்த புகழேந்தி திரும்பிப் பார்த்தார். “நீங்க சொன்ன வேலையை எடுத்துக்க நாங்க தயார்” என்று பாண்டி உறுதியாகக் கூறினான். அடுத்த ஆட்டம் தொடங்கியது.

★★★

பாலகுமார் விஜயராமன்

எழுத்தாளர், மொழிபெயர்ப்பாளர், தொலைத்தொடர்புப் பொறியாளர். 1980ஆம் ஆண்டு மதுரையில் பிறந்த பாலகுமார், தற்போது ஒசூரில் வசித்து வருகிறார். மத்திய அரசின் பி.எஸ்.என்.எல். நிறுவனத்தில் தொலைத்தொடர்புப் பொறியாளராகப் பணியாற்றுகிறார். மின்னணுவியல் மற்றும் தொடர்பியலில் பொறியியல் பட்டமும், மேலாண்மையில் பட்டமேற்படிப்பும், வாடிக்கையாளர் மனப்பான்மை தொடர்பான புத்தாய்வில் முனைவர் பட்டமும் பெற்றுள்ளார்.

இவரது நாவல்கள்: சேவல்களம், சிவப்புப் பணம், ஹோமர்.

சிறுகதைத் தொகுப்புகள்: புறாக்காரர் வீடு, நஞ்சுக் கொடி, மொழியாக்கப் படைப்புகள்: அஞ்சல் நிலையம் (சார்லஸ் புக்கோவ்ஸ்கி), ஹெளல் மற்றும் சில கவிதைகள் (ஆலன் கின்ஸ்பெர்க்), கடவுளின் பறவைகள் (உலகச் சிறுகதைகள்). இவரது படைப்புகள் வலசை, மலைகள், கனலி, வாசகசாலை, சொல்வனம், நடுகல் உள்ளிட்ட இதழ்களில் வெளியாகியுள்ளன.

பறவைகள், விலங்குகள், சூழலியல் சார்ந்த இவரது "கடவுளின் பறவைகள்" மொழிபெயர்ப்பு உலகச் சிறுகதைகள் தொகுப்பிற்குச் சிறந்த மொழிபெயர்ப்புக்கான வாசகசாலை விருது 2018ஆம் ஆண்டு வழங்கப்பட்டது. காலச்சுவடு வெளியீடாக வெளியாகிய இவரது நாவல் 'சேவல்களம்' பண்டைய காலம் தொட்டு தமிழர் புறவாழ்வில் முக்கியப் பங்காற்றும் சேவல் சண்டை குறித்த நுட்பங்களைப் பேசுகிறது. இவரது 'அவசர சிகிச்சை' சிறுகதை, ரியாத் தமிழ்ச்சங்கம் நடத்திய உலகளாவிய சிறுகதைப் போட்டி 2022ல் இரண்டாம் பரிசு பெற்றது. பாலகுமார் தனது 'தென்திசை' (thendhisai.blogspot) வலைப்பூவில் தொடர்ந்து எழுதிவருகிறார்.

மனைவி: சக்திதேவி, குழந்தைகள்: மேகமித்ரா, முத்துமுகுந்தன்.

மின்னஞ்சல்: balavinmail@gmail.com, அலைபேசி: 9486102490